വട്ടൻ

VATTAN

മനീഷ് ചുള്ളിക്കര

Copyright © Maneesh Chullikkara
All Rights Reserved.

ISBN 979-888606051-5

This book has been published with all efforts taken to make the material error-free after the consent of the author. However, the author and the publisher do not assume and hereby disclaim any liability to any party for any loss, damage, or disruption caused by errors or omissions, whether such errors or omissions result from negligence, accident, or any other cause.

While every effort has been made to avoid any mistake or omission, this publication is being sold on the condition and understanding that neither the author nor the publishers or printers would be liable in any manner to any person by reason of any mistake or omission in this publication or for any action taken or omitted to be taken or advice rendered or accepted on the basis of this work. For any defect in printing or binding the publishers will be liable only to replace the defective copy by another copy of this work then available.

ഉള്ളടക്കം

ആമുഖം	v
അവതാരിക	ix
1. പാതാളത്താഴം	1
2. തെക്കും പാണ്ടി	11
3. താഴേക്കാട്	18
4. ഭ്രാന്തന്റെ പ്രാന്ത്	24
5. കരിവട്ടൻ	31

ആമുഖം

നിങ്ങൾ കണ്ണാടി നോക്കാറില്ലേ? എന്റെ ഈ കുഞ്ഞു നോവലും ഒരു കണ്ണാടിയാണ്. ഇതിൽ എവിടെങ്ങളിലൊക്കെയോ നിങ്ങൾക്ക് നിങ്ങളെ തന്നെ കാണാൻ സാധിച്ചേക്കാം. പണ്ട് മുതലേ കഥകൾക്ക് ഉള്ളിലെ കഥകളോടാണ് എനിക്ക് കൗതുകം, അതിനാൽ തന്നെയും എന്റെ ഈ ആദ്യ നോവളോളും സൂക്ഷ്മമായി തന്നെ കഥകൾക്ക് മീതെ കഥകൾ അടുക്കിവെക്കാൻ ഞാൻ ശ്രദ്ധിച്ചിട്ടുണ്ട്. ശോഷിച്ച വായനയുടെ പരിമിതികൾ ഒരുപക്ഷെ നിങ്ങളിവിടെ കണ്ടേക്കാം.

അഞ്ച് അദ്ധ്യായങ്ങളായാണ് ഈ കുഞ്ഞു നോവൽ ഞാൻ രൂപപ്പെടുത്തിരിക്കുന്നത്. കാലചക്രത്തിന്റെ ചുഴലിയിൽ കറക്കി ഉണക്കിയെടുത്ത ഈ അഞ്ച് അദ്ധ്യായങ്ങളും ചില പല വീർപ്പുമുട്ടലുകളുടെ നിലവിളിശബ്ദവും രേഖപെടുത്തലുമാണ്. എന്തെനെന്ന് പോലുമറിയാതെ ചുമ്മാ ജീവിതത്തിൽ വന്നു കേറി പോവണ മനുഷ്യരുടെ നേർപകർപ്പല്ല എന്റെയീ രചന, മറിച്ച് വാക്കുകൾ വരികളാവുന്ന തിരിച്ചറിവിന്റെ ഒരു കുഞ്ഞു താഴ്വാരമാണ് എന്റെ ഈ നോവൽ.

തുടക്കത്തിൽ നിന്ന് ഓടുവിലെ അദ്ധ്യായത്തിൽ ചെന്നെത്തിയാൽ ചിന്ത നേരെ കടക്കുന്നത് തിരികെ ഒന്നാം അദ്ധ്യായത്തിലേക്ക് തന്നായിരിക്കും. അത്തരമൊരു സമവാക്യത്തിന്റെ മാർഗത്തിലാണ് നോവലിന്റെ ദിശതന്നെ വരികളിൽ നേർക്കു നേരായ് വരച്ചിട്ടിരിക്കുന്നത്.

വാക്കുകൾ വാരി കൂട്ടിയിട്ട പുസ്തകതാളുകൾ അല്ലിത്, മറിച്ച് ഒരു പറ്റം മനുഷ്യ ജീവനുകളുടെ അടയാളപ്പെടുത്തലാണ്.

ആമുഖം

ഉള്ളിൽ ബാക്കി നിൽക്കുന്ന ഒരു നുള്ള് കനലും ഈ ലോകത്തിന്റെ കുത്തുവാക്കുകളിൽ അണഞ്ഞു പോകും മുൻപുള്ള ഒരു കുഞ്ഞ് തീ നാളം.

പല സ്വരങ്ങൾ ചേർന്നുണ്ടാവുന്ന സംഗീതം പോലെ ലളിതമായ് തന്നാണ് ഈ അഞ്ച് അദ്ധ്യായങ്ങളും ഞാൻ കോർത്തിട്ടിരിക്കുന്നത്. തുടക്കത്തിൽ ഒടുങ്ങുന്ന, ഒടുവിൽ ആ ഒടുക്കത്തിൽ തന്നെ വീണ്ടും തുടങ്ങുകയും ചെയ്യുന്ന സങ്കീർണ സമവാക്യമാണ് പാതാളത്താഴമെന്ന് നിസംശയം പറയാൻ സാധിക്കും.

വരികളിൽ പലതും വരച്ചിടാറുണ്ട്, ചിലർ അതിനെ എഴുത്തെന്ന് വിളിക്കും. പലരും എന്റെ വരികൾ വായിക്കാറുണ്ട്, എന്നാൽ അത് വായിച്ചെടുക്കുന്നത് ചുരുക്കം ചിലർ മാത്രമാണ്. ഈ നോവലും അങ്ങനൊന്നാണ്. വായിക്കുന്നവർ വായിക്കുക മാത്രം ചെയ്യുമ്പോഴല്ല, നേരെ മറിച്ച് എഴുതാതെ എഴുതി വെച്ച ആ വരികൾ വായിച്ചെടുക്കുന്നതിലാണ് കാര്യം. അങ്ങനെ വായിച്ചെടുക്കുമ്പോഴേ വാക്കുകളാൽ കോർത്തിട്ട ഈ പുസ്തകത്തിലെ വരികളുടെ അർഥം പൂർത്തിയാകുകയൊള്ളു. എഴുതാൻ വാക്കുകൾ ഇല്ലാതാകാറില്ല, എന്നാൽ വരികളിൽ ഞാൻ വരച്ചിട്ട എന്നെ എനിക്ക് നഷ്ടമാവാറുണ്ട്.

എഴുത്തെന്നോ, വരികളെന്നോ, കവിതയെന്നോ, കഥയെന്നോ, നോവലെന്നോ പേര് ചൊല്ലിവിളിക്കണ്ടേതില്ല. വാക്കുകൾ, വെറും വാക്കുകൾ!

പലപ്പോഴും തിരിച്ചറിവുകൾക്ക് മേലുള്ള ചില തീരുമാനങ്ങളാണ് ജീവിതത്തിന്റെ താളം മുഴുവനായി തെറ്റിച്ചുകളയുന്നത്. ആ തെറ്റിന്റെ അച്ചുതണ്ടിൽ കിടന്നാണ് ഈ ലോകം തന്നെ കറങ്ങണത്. അങ്ങനങ്ങ് അതിനൊത്ത്

ആമുഖം

കറങ്ങുന്ന എന്റെ പ്രിയ മനുഷ്യരേ...
നിങ്ങളെ ഞാൻ പാതാളത്താഴത്തേക്ക് ക്ഷണിക്കുന്നു,
ഓടിവിലെ പാതാളത്താഴത്തേക്ക്,
ഒരിക്കലും ഒടുങ്ങാത്ത പാതാളത്താഴത്തേക്ക്...

മനീഷ് ചുള്ളിക്കര

അവതാരിക

മനസ്സിൽ ഒരാശയമുണ്ടെന്നും അതിനെ കഥയാക്കുവാൻ പോവുകയാണെന്നും മനീഷ് പറഞ്ഞപ്പോൾ ഇത്തരമൊരു വ്യത്യസ്തമായ പ്രമേയം ഞാൻ പ്രതീക്ഷിച്ചിരുന്നില്ല. ജീവിതത്തിൽ ഓരോ മനുഷ്യനും ഒരിക്കലെങ്കിലും കടന്നു പോകേണ്ടിവരുന്ന സങ്കീർണതകളെ ഒരുമിച്ച് ചേർത്ത് അതിനെ കാലചക്രത്തിന്റെ ആവർത്തിക്കുന്ന ചുഴിയിലേക്ക് തളച്ചിട്ടതിന്റെ പരിണിത്ത ഫലമാണ് ഈ നോവലെന്നു പറയാം.

ഒരേ വിഷയത്തെ തന്നെ അഞ്ച് വ്യത്യസ്ത കോണുകളിൽ നിന്ന് കാണുമ്പോൾ ഉണ്ടാകുന്ന സമാനതകളും വ്യത്യാസങ്ങളും നിറഞ്ഞതാണ് ഇതിലെ അഞ്ച് അധ്യായങ്ങൾ. സമൂഹത്തിന്റെ യഥാർത്ഥ ഭാവത്തെ യഥാർഥ്യമില്ലാത്ത തലത്തിലൂടെ വീക്ഷിക്കുന്ന എഴുത്തുക്കാരന്റെ ഭാവന പ്രശംസനീയമാണ്. അതിനാൽ തന്നെ ജീവിതവും കെട്ടുകഥകളും കൂട്ടികലർത്തിയ വിഭവമാണ് മനീഷ് ചുള്ളിക്കരയുടെ 'വട്ടൻ' എന്ന് പറയേണ്ടിയിരിക്കുന്നു.

ജീവിതം ആവർത്തിക്കപ്പെടുകയാണ്. സാഹചര്യങ്ങളും സന്ദർഭങ്ങളും ആവർത്തിക്കപ്പെടുകയാണ്. അവസാനമില്ലാതെ തുടരുന്ന സമൂഹത്തിന്റെ വൈകൃത സ്വാഭാവത്തെക്കൂടിയാണ് ഈയൊരു ആശയത്തെ മുൻനിർത്തി അവതരിപ്പിച്ചിരിക്കുന്നത്.

ആളുകളാൽ വെറുക്കപ്പെടുകയും, ചീത്ത വിളികൾക്കും, അവഹേളനങ്ങൾക്കും പത്രമാകുകയും ചെയ്യുന്ന ആദി എന്ന കഥാപാത്രത്തിലൂടെ സഞ്ചരിക്കുന്ന കഥ നമ്മുടെ ഓരോരുത്തരുടെയും തന്നെ ജീവിതത്തിന്റെ നേർപകർപ്പാണ്. ജീവിതം കലരാത്ത വരികൾക്ക് ജീവനുണ്ടാകില്ല.

അവതാരിക

അത്തരത്തിൽ ജീവനില്ലാത്ത വരികളെഴുതാൻ ഒരിക്കലും മനീഷ് ചുള്ളിക്കര തയാറാകുമെന്നും തോന്നിയിട്ടില്ല. അതുകൊണ്ട് തന്നെയാവും സത്യസന്ധമായി ചിന്തിക്കുന്നവരെ സമൂഹം വിളിക്കുന്ന പേര് തന്നെ അദ്ദേഹം തന്റെ നോവലിന് പേരായി തിരഞ്ഞെടുത്തതും. അവർ എത്രത്തോളം അപമാനങ്ങൾ ഏറ്റു വാങ്ങേണ്ടി വരുന്നുണ്ടെന്ന് ഈയൊരൊറ്റ പ്രയോഗത്തിൽ തന്നെ വ്യക്തമാണ്.

വട്ടില്ലാത്തവരെയും വട്ടന്മാരായി ചിത്രീകരിക്കുന്ന വട്ടുപിടിച്ച സമൂഹത്തെ വട്ടു പിടിപ്പിക്കാനെഴുതിയ വട്ടായി നമുക്കീ രചനയെ കണക്കാക്കാം.

ശോഷിച്ചു പോയ പുസ്തകവായനയ്ക്കിടയിലും ശേഷിക്കുന്ന വായനക്കാരേ, നിങ്ങൾക്ക് മുൻപിൽ ഞാൻ ഈ പുസ്തകം ആഹ്ലാദപൂർവ്വം അവതരിപ്പിക്കുന്നു.

അനുജിത്ത് പി ദേവ്

മനീഷ് ചുള്ളിക്കര

കാസർഗോട്ടെ കാഞ്ഞങ്ങാട് പി. സി. മാത്യുവിന്റെയും ബിന്ദു മാത്യുവിന്റെയും മകനായി ജനനം. ഗവ. എൽ. പി. സ്കൂൾ ചുള്ളിക്കര, ഹോളി ഫാമിലി ഹയർ സെക്കൻഡറി സ്കൂൾ രാജപുരം, ഗവ. ഹയർ സെക്കൻഡറി സ്കൂൾ അട്ടേങ്ങാനം എന്നിവിടങ്ങളിലായി സ്കൂൾ വിദ്യാഭ്യാസം പൂർത്തിയാക്കി. മംഗലാപുരത്ത് പി. ഐ. യു. ജി. സ്. -ൽ ബി.കോം. ഏവിയേഷൻ പഠനം പൂർത്തിയാക്കി. 2021-ൽ ആദ്യ പുസ്തകമായ 'മാഷിന്റെ വരികൾ' പ്രസിദ്ധീകരിച്ച ഈ യുവ എഴുത്തുകാരൻ സമൂഹമാധ്യമങ്ങളിൽ സജീവമായി രചനകൾ എഴുതിവരുന്നു.

1

പാതാളത്താഴം

അന്നൊരിക്കൽ ഞാൻ ലൈബ്രറിയിൽ ഏതോ ഒരു പുസ്തകം തിരഞ്ഞ് ഇറങ്ങിയതായിരുന്നു. എത്ര തിരഞ്ഞിട്ടും ആ പുസ്തകം മാത്രം എനിക്ക് കിട്ടിയില്ല. പക്ഷെ പെട്ടന്ന് എന്തോ പരുതുന്ന രണ്ട് കണ്ണുകൾ, കഷ്ടകാലമെന്നു പറയട്ടെ ക്ലാസിൽ ടീച്ചർ വന്നെന്നു പറഞ്ഞു കൂട്ടുകാരൻ എന്നെയും വലിച്ചോരോട്ടം. ക്ലാസ്സിന്റെ മുന്നിൽ എത്തിയപ്പോൾ അതാ അവിടെ നിക്കണു ഉണ്ടക്കണ്ണും ഉരുട്ടി രജനി ടീച്ചർ. ഈ ടീച്ചർക്ക് എന്നെ കണ്ടാൽ അപ്പൊ തുടങ്ങും, പറഞ്ഞു തീർന്നില്ല അപ്പോഴേക്കും ദാ തുടങ്ങിയിട്ടുണ്ട്.
കട്ടക്ക് കൂടെ നിൽക്കുമെന്ന് കരുതിയ കൂട്ടുകാരനും ക്ലാസ്സിൽ ടീച്ചർ വന്നത് കണ്ട് ഇവനെ വിളിക്കാൻ പോയതാണ് ടീച്ചറെ ഞാൻ എന്ന് പറഞ്ഞു കൈ കഴുകി കാലുവാരി മാറി നിന്നു. രജനി ടീച്ചർ ആണെങ്കിൽ ഇന്ന് ഇനി ഇവിടെയൊരു പെരുന്നാള് നടത്തിയിട്ട് തന്നെ കാര്യമെന്നോർത്ത് പറഞ്ഞു തുടങ്ങി.

ഓർക്കണം, ക്ലാസിലെ നാൽപത്തിരണ്ടു പിള്ളേര് സാക്ഷി. പത്താം ക്ലാസിലെ പുസ്തകം നേരെ ചുവ്വേ ഒന്ന് തുറന്ന് പോലും നോക്കാൻ വയ്യാത്തവനാണ്, എന്നിട്ട് അവൻ

ലൈബ്രേറിയിൽ പുസ്തകം ഉണ്ടാക്കാൻ പോയേക്കുന്നു. എന്തിനാടാ നീയൊക്കെ പിന്നെ ഇങ്ങോട്ട് എഴുന്നെള്ളുന്നത്. അല്ല ഞാനൊന്ന് ചോദിക്കട്ടെടാ മോനെ, നീയിങ്ങനെ അസ്ഥികൂടം കണക്ക് ഇരിക്കുന്നത് തിന്നാൻ തരാൻ സ്വന്തം തന്തേം തള്ളേം ആരാന്ന് പോലും അറിയാത്തത് കൊണ്ടാന്ന് ഞങ്ങക്ക് അറിയാ. പക്ഷെ നീ ഇത് എന്തുവാടാ ദിവസം പോകും തോറും ഇങ്ങനെ കറുത്ത് ഇരുണ്ട് വരുന്നത്, നീ വല്ല കരിക്കട്ടയും വെച്ചാണോ ദിവസോം കുളിക്കുന്നത്... എന്നിട്ട് ഒരു ചിരിയും, അതിന് ബാക്കി എന്ന പോലെ ചുമ്മാ അങ്ങ് ചിരിക്കാൻ ക്ലാസ്സിലെ പുള്ളാരും.

കരഞ്ഞു കരഞ്ഞു കണ്ണീര് മറന്നു പോയ ഈ കൊച്ചു ചെറുക്കന് ഇതൊക്കെ കേട്ടിട്ടാണേൽ കരയാനും ചിരിക്കാനും പറ്റാത്ത അവസ്ഥ. ചെന്ന് ചാഞ്ഞിരിക്കാൻ ഒരു തോൾ ഇല്ലാത്തോന്റെ കണ്ണീരിന് ഈ ലോകത്ത് എന്ത് വില! ഉള്ളതും ഇല്ലാത്തതും എല്ലാം കണക്ക് തന്നെ, എന്തായാലും സാറ് കേറിയിരിക്ക്. ഉള്ളിന്റെ ഉള്ളിൽ വിങ്ങിപൊട്ടി ഞാൻ ഒരു മൂലയ്ക്ക് വന്നിരുന്നു. നിന്ന നിപ്പിൽ ഞാൻ അങ്ങ് ഇല്ലാണ്ടായ അവസ്ഥ ആയിരുന്നു. ഉള്ളിലെ മഴ പുറത്തു പെയ്യിക്കാൻ യോഗ്യത ഇല്ലാത്തോനാണത്രെ ഞാൻ.

പാതാളത്താഴത്തെ പാതാളം ഈ സ്കൂളും ടീച്ചറും പിന്നെ ഈ പുള്ളേരും ഓക്കേ ആണെന്ന് ആ നിമഷം എനിക്ക് തോന്നി. അല്ലേലും മനുഷ്യനെ കാലുകൊണ്ട് തൊഴിക്കാൻ ആണ് മനുഷ്യർക്ക് ഇഷ്ടം. അതിന് നിന്ന് കൊടുക്കാൻ എന്നെ പോലെ ചില ജന്മങ്ങളും. പത്താം ക്ലാസുകാരന്റെ മനസ്സിൽ വെറുപ്പിനും ദേഷ്യത്തിനും വിഷമത്തിനും ഓക്ക് എന്ത് സ്ഥാനം! എന്നാലും ഉള്ളിന്റെ ഉള്ളിൽ എവിടോ എന്തോ ഒരിത്...

അങ്ങനെ കണ്ണടച്ച് അവിടെ ഇരുന്നപ്പോൾ പെട്ടന്ന് ലൈബ്രറിയിൽ കണ്ട ആ മുഖം ഓർമ്മ വന്നു. പിന്നെ ഇന്റർവെൽ ആവുന്ന യുഗം കാത്ത് അവിടെ ഒരു ഇരിപ്പായിരുന്നു. പിന്നെ നേരെ ലൈബ്രറിയിലേക്ക് ഓരോട്ടവും. ഇല്ല ഇവിടെങ്ങുമില്ല നിരാശ ഉള്ളിലേക്ക് ചവച്ചിറക്കി ഞാൻ തിരികെ ക്ലാസ്സിലേക്ക് നടന്നു, ലോട്ടറി എടുക്കാത്തോന് ലോട്ടറിയടിച്ച മട്ടിൽ ഞാൻ ഒരു നിമിഷം ഞെട്ടി തരിച്ചങ്ങു നിന്നു പോയി. ലൈബ്രറിയിൽ കാണാതെപോയ ആ ഒരാൾ ഇതാ എന്റെ ക്ലാസ്സിന്റെ മുമ്പിൽ വന്ന് നിൽക്കുന്നു. ഇതിനു മുൻപ് കണ്ടിട്ടില്ല, ആരെന്നും എന്തെന്നും അറിയില്ല. ആ ഒരാളെ കണ്ട നിമിഷം ഉള്ളിന്റെയുള്ളിൽ പൊട്ടിമുളച്ച ആ ഒരു തോന്നലിനെ പേരിട്ട് വിളിക്കാൻ പോലും അറിയാത്ത ഒരു പാവം ചെക്കൻ.!

പിന്നീട് അങ്ങോട്ട് ലൈബ്രറിയിൽ പോയതും വന്നതും ഒക്കെ പ്രണയം ഉള്ളിൽ എഴുതിവെച്ച പുസ്തകൾ തേടി ആയിരുന്നില്ല നേരെ മറിച്ച് ഉള്ളിന്റ ഉള്ളിൽ ആദ്യമായി സ്വയം പ്രണയമെന്ന് പറഞ്ഞുറപ്പിച്ച അയാളുടെ ആ ഒരാളെ തിരഞ്ഞായിരുന്നു...

ഇതുവരെ കൂടെ പഠിക്കണ പെൺകുട്ട്യോളോട് മിണ്ടിയിട്ടില്ലാത്ത ഈ ഞാൻ ഇവളോട് എന്ത് മിണ്ടാനാണ്, എങ്ങനെ മിണ്ടാനാണ്, അറിയില്ല! ഡാ ഐ ഇ ഡി... ഞാൻ തിരിഞ്ഞു നോക്കിയപ്പോൾ നേരത്തെ എന്നെ ടീച്ചറുടെ മുന്നിൽ രക്തസാക്ഷി ആവാൻ ഇട്ടു കൊടുത്ത എന്റെ സ്വന്തം കൂട്ടുകാരൻ, സിദ്ധു. ടീച്ചറുമാര് തുടങ്ങി എല്ലാവരും എന്നെ ഐ ഈ ഡി എന്നാണ് വിളിക്കാറ്. എനിക്കെന്തോ മാനസികവളർച്ച ഇല്ലെന്നോ മാനസികം ആണെന്നോ, അങ്ങനെ എന്തൊക്കെയോ അവർ പറയും. അവർ പറയുന്നത്

എന്തെന്ന് പോലും എനിക്ക് അറിയാത്തോണ്ട് ഞാനും ഒന്നും പറയാൻ പോയിട്ടില്ല. ലൈബ്രറിയിൽ കണ്ട ആ ആളെ കാണിച്ചു കൊടുത്ത് അത് ആരാണെന്ന് അറിയുമോ എന്ന് ഞാൻ ചോദിച്ചു. എന്താടാ പ്രേമം വല്ലതും ആണോ, അത് നമ്മുടെ ക്ലാസ്സിൽ പഠിക്കണ രേഷ്മയുടെ അനിയത്തി ആണ്, നീ വേണ്ടാത്ത പണിക്കൊന്നും നിക്കണ്ടാ ട്ടാ. ഓൾടെ പേര് ദേവിക എന്നാണ്. ആഹാ പേരൊക്കെ കൊള്ളാം ദേവിക! എന്റെ ദേവു... ഞാൻ മനസ്സിൽ ഓർത്തിട്ട് അവനോട് ചോദിച്ചു അതൊക്കെ കൊള്ളാം, നീ ആദ്യം നമ്മുടെ ക്ലാസിലെ രേഷ്മ ആരാണെന്ന് എനിക്കൊന്ന് പറഞ്ഞു താ. അവൻ വിരൽ ചൂണ്ടി കാട്ടികൊണ്ട് പറഞ്ഞു, ആ നിക്കണ കുട്ടിയാണ്. എന്റെ വീടിന്റെ അടുത്താണ്, ഇടയ്ക്കൊക്കെ ഞങ്ങൾ ഒരുമിച്ച് സ്കൂളിലേക്ക് വരാറുണ്ട്.

രേഷ്മയെ ആദ്യമായി കാണുന്ന പോലെ ഞാനൊന്ന് നോക്കി. രണ്ട് കൊല്ലം എങ്ങാണ്ടായി ഒരുമിച്ച് ഒരു ക്ലാസ്സിൽ പഠിക്കാൻ തുടങ്ങിയിട്ട്, ഇതുവരെ ഞാൻ ഒന്ന് മിണ്ടിയിട്ട് പോലും ഇല്ല. പണ്ടെപ്പോഴോ എന്തോ പറഞ്ഞു അവൾ എന്നോട് മിണ്ടാൻ വന്നത് പെട്ടന്ന് എനിക്ക് ഓർമ വന്നു. അന്ന് ഒന്നും മിണ്ടാതെ ഞാൻ അവളുടെ മുന്നീന്ന് മാറി കളയുകയാണ് ഉണ്ടായത്. എന്താല്ലേ.!

കണക്കിന്റെ മാർക്ക് കിട്ടിയതിന്റെ പുകിലാണ്, പത്ത് തോറ്റാലും ജയിച്ചാലും പടുത്തം നിർത്തി അച്ചന്റെ കൂടെ പണിക്ക് വന്നോണം എന്നാണ് ഉത്തരവ്. നാട്ടുകാർക്ക് അച്ചൻ കുട്ടപ്പനാശാരിയാണ്. അച്ചൻ പണ്ട് താഴെ കാട്ടിൽ മരം വെട്ടാൻ പോയപ്പോൾ അവിടുന്ന് കിട്ടിയതാണത്രേ എന്നെ. ദേഹം മുഴുവൻ ചോരയൊലിച്ച് കിടന്ന എന്നെ അന്ന് ചേർത്തു പിടിച്ചതാണ് എന്റെയീ

അച്ചരൻ. കുട്ടപ്പൻ എന്നോട് പറഞ്ഞിട്ടുണ്ട്, ആറ് മാസം ഒരേ കിടപ്പ് കിടന്നിട്ടാണത്രെ ഞാൻ ജീവിതത്തിലേക്ക് തിരിച്ച് വന്നത്. ഇങ്ങനെ ഓരോന്ന് തലയിലൂടെ തലങ്ങും വിലങ്ങും ഓടുമ്പോൾ തലയുടെ മേലൊരു കൊട്ട്. കുട്ടപ്പനാണ്, എന്താടാ പൊട്ടത്തലയാ നോക്കി നിക്കുന്നെ പഠിത്തവും പള്ളിക്കൂടോം നിർത്തി എന്റെ കൂടെ പണിക്ക് വന്നോണം. എന്നിട്ട് വേണം രണ്ടു തട്ട് തട്ടിയിട്ട് നിന്റെ പൊട്ടത്തല എനിക്കൊന്ന് നേരെയാക്കാൻ.

അടുത്ത ദിവസം ലൈബ്രറി വരെ പോയപ്പോഴാണ് അറിഞ്ഞത് അവിടെ എന്തോ കവിതാ രചന മത്സരം നടപ്പുണ്ടെന്ന്. കണക്ക് ടീച്ചറുടെ കുത്തുവാക്ക് കേട്ട് ഇഞ്ചിഞ്ചായി മുറിയേണ്ട കാര്യം ഓർത്തപ്പോൾ പിന്നെ ഞാൻ ഒന്നും നോക്കാൻ നിന്നില്ല. നേരെ കേറി പുറകിൽ കണ്ടൊരു ബെഞ്ചിൽ ഇരിപ്പുറപ്പിച്ചു. ഇവൻ ഇവിടെ ഇത് എന്ത് കാട്ടാനാ എന്ന മട്ടിൽ ചുറ്റും ഉള്ളവരെല്ലാം എന്നെ നോക്കുന്നുണ്ടായിരുന്നു. ശരിയാ, മലയാളത്തിന് പോലും നല്ല മാർക്ക് വാങ്ങാനാവാത്ത ഈ ഞാൻ ഇത് എന്തിനുള്ള പുറപ്പാടാണ്!

അന്നൊരിക്കൽ ലൈബ്രറിക്കുള്ളിൽ കണ്ട ആ ആളെ ലൈബ്രറിക്ക് പുറത്തു കണ്ടപ്പോൾ കൈയ്യിലെ വെള്ളകടലാസിൽ നാലുവരി കവിതയെന്നോണം എന്തോ കുതിക്കുറിച്ചിട്ട് ഞാൻ പുറത്തേക്ക് ഇറങ്ങി. ഉള്ളിന്റെ ഉള്ളിൽ ഇതുവരെ തോന്നിയിട്ടില്ലാത്ത ഒരു പ്രത്യേക കുളിര്. അത്രനേരം അവളെ നോക്കി നിന്നിട്ടും തിരിച്ച് ഒരു നോക്ക് പോലും എനിക്ക് കിട്ടിയില്ല, സൗഭാവികം, അല്ലാതെന്ത് പറയാൻ. അവളെ നോക്കി നിക്കണത് ക്ലാസ്സിലെ ചുള്ളൻ ചെക്കൻ സിദ്ധു ഒന്നും അല്ലല്ലോ ഈ ഞാൻ തന്നെ അല്ലെ,

അപ്പൊ പിന്നെ അത് അങ്ങനേ വരൂ.

അടുത്ത ദിവസം രാവിലെ ആദ്യത്തേത് രാമൻ മാഷിന്റെ മലയാളം ക്ലാസ് ആയിരുന്നു. ഞാൻ ഓടി ക്ലാസ്സിൽ കേറി. വന്ന് കേറിയപാടെ മാഷ് എനിക്ക് നേരെ ചൂളിയ ഒരു നോട്ടം. ഇന്നും ഞാൻ തന്നെ ഇര എന്ന് മനസ്സിൽ ഓർത്ത് തലകുനിച്ച് ഞാൻ അങ്ങനെ ഇരുന്നു.

പെട്ടന്ന് മാഷ് പറഞ്ഞു തുടങ്ങി, ഇന്നലെ നടന്ന നാല് വരി കവിത രചനാ മത്സരത്തിന്റെ ഫലം വന്നിട്ടുണ്ട്. ഒന്നാം സ്ഥാനം നേടിയ വരി, അത് ഞാനൊന്ന് വായിക്കാം.

"വെള്ളകടലാസ്സിൽ ഞാൻ നിനക്ക്
പ്രേമലേഖനം എഴുതുന്നില്ല. ഞാനെന്ന
കവിതയുടെ അവസാനവരിയും നീയാവുക.
മതി, എനിക്ക് അത്രമാത്രം മതി.!"

ഇത് കേട്ടതും ഞാൻ ഒരു ഞെട്ടലോടെ തലയുയർത്തി നോക്കി. അതാ രാമൻ മാഷ് എന്റെ നേർക്ക് നടന്നു വരുന്നു. എന്നോട് എഴുന്നേറ്റ് നില്ക്കാൻ പറഞ്ഞ ശേഷം എല്ലാരിടുമായി പറഞ്ഞു, നമ്മുടെ ക്ലാസിലെ ആദി എഴുതിയ വരികൾ ആണിത്. ഇത് കേട്ട് ഞെട്ടിനിന്ന എന്നെ ചുറ്റുമുള്ള എല്ലാവരും അത്ഭുതത്തോടെ നോക്കുന്നു. ശേഷം ക്ലാസ് മുഴുവനും കുലുങ്ങിയ ഒരു കൈയ്യടി, ഞാൻ അത് ആവോളം ആസ്വദിച്ചു. അത് എനിക്ക് പുതിയൊരു തിരിച്ചറിവായിരുന്നു. ഒന്നിനും കൊള്ളാത്തവൻ എന്ന വാക്കിലും കൊള്ളാവുന്ന എന്തോ ഒന്ന് ബാക്കി നിൽപ്പുണ്ട് എന്ന രേഖപ്പെടുത്തൽ.

വൈകിട്ട് വീട്ടില് നോട്ട്ബുക്കും പേനയും എടുത്ത് പിടിച്ചു നിൽക്കുന്ന എന്നെ കണ്ട കുട്ടപ്പന്റെ ചോദ്യം, നിനക്ക് ശെരിക്കും വട്ടായോടാ പൊട്ടാ.! എന്റെ ചെവിയിൽ ആണേൽ ഒന്നും കേക്കണില്ല, എന്തോ ഒരു അവസ്ഥ, ഉള്ളിൽ ഇരുന്ന്

ആരോ എന്തൊക്കെയോ പറയുന്നുണ്ട്. ഞാനത് അങ്ങനെ തന്നെ പേപ്പറിലേക്ക് പകർത്തി. ഇത് എന്താണെന്നോ, എന്ത് പേരിട്ട് വിളിക്കണം എന്നോ എനിക്കറിയില്ല. നാളെയും രാവിലെ ആദ്യം രാമൻ മാഷിന്റെ ക്ലാസ്സാണ്. മാഷ് വന്നപ്പോൾ തന്നെ ഇന്നലെ പേപ്പറിൽ എഴുതി പിടുപ്പിച്ചത് മാഷിന്റെ നേർക്ക് നീട്ടി. വായിച്ച ശേഷം മാഷ് എല്ലാരോടുമായി പറഞ്ഞു, ഞാൻ ഈ അടുത്ത് വായിച്ചിട്ടുള്ളതിൽ വെച്ച് എനിക്ക് ഏറ്റവും ഇഷ്ടം തോന്നിപ്പിച്ച ഒരു കഥയാണ് ആദി ഈ എഴുതി വെച്ചിരിക്കുന്നത്. എന്റെ മനസ്സ് നിറയ്ക്കാൻ ഇത് തന്നെ ധാരാളം ആയിരുന്നു. ക്ലാസ് കഴിഞ്ഞ ശേഷം ഓഫിസിലേക്ക് വരാൻ കൂടി മാഷ് എന്നോട് പറഞ്ഞു.

അവിടെ ചെന്നപ്പോൾ ഞാൻ എഴുതിയ കഥയും വായിച്ചുരിക്കുന്നു കണക്ക് പഠിപ്പിക്കുന്ന രജനി ടീച്ചറ്. എന്നെ കണ്ടതും അവര് എന്റെ നേർക്കൊരു ചാട്ടം, നിന്റെ ലൈബ്രറിയിലേക്കുള്ള പോക്കും വരവും ഒക്കെ കണ്ടപ്പോ തന്നെ ഞാൻ മനസ്സില് വിചാരിച്ചതാ നീ ഇങ്ങനെ എന്തേലും ഒക്കെ ഒപ്പിക്കുമെന്ന്. സത്യം പറയെടാ, നീ ഇത് ഏതു പുസ്തകം നോക്കി എഴുതിത്തിയതാ...ഇത് കേട്ടതും പെട്ടന്ന് രാമൻ മാഷ് ഇടപെട്ടു, എന്താ ടീച്ചറെ ഇത്, അവന്റെ വാക്കുകൾക്ക് ഒരു പ്രത്യേക ശൈലി ഉണ്ട്. കഴിഞ്ഞ ദിവസം നടന്ന നാലു വരി കവിത മത്സരത്തിൽ ഇവനായിരുന്നു ഒന്നാംസ്ഥാനം നേടിയതും. കഴിവുള്ള കുട്ടികളോട് ഇങ്ങനാണോ പെരുമാറുന്നത്.!

എന്റെ ഉള്ളിലെ അത്ര നേരത്തെ സന്തോഷവും ടീച്ചറുടെ ഈ വാക്കുകൾക്ക് മുന്നിൽ കണ്ണീരായ് മാറി തുടങ്ങിയിരുന്നു. ഒന്നും മിണ്ടാതെ മുഖം താഴ്ത്തി ഞാൻ അവിടുന്ന് ഇറങ്ങി ക്ലാസ്സിലേക്ക് നടന്നു. അപ്പോൾ ദാ എന്റെ കൂടെ പഠിക്കണ

രേഷ്മ എന്റെ നേർക്ക് നടന്ന് വരുന്നു. നിന്റെ വരികൾക്ക് ജീവനുണ്ട് ഇനിയും ഇനിയും എഴുതണം. ഇത്രയും പറഞ്ഞിട്ട് അവൾ തിരിഞ്ഞു നടന്നങ്ങു പോയി. ഇത്ര നാൾ മണ്ടനെന്നും പൊട്ടാണെന്നും വിളിച്ചും ഉറക്കെ ചിരിച്ചും നടന്നവർ ഇന്ന് എന്നെ നോക്കികാണുന്ന രീതിയിൽ എവിടോ ഒരു മാറ്റം.

വെറുതെ ലൈബ്രറിവരെ പോകാം എന്ന് കരുതി ഞാൻ ഇറങ്ങി. മുന്നില് നിക്കണെ ആളെ കണ്ടപ്പോൾ ഉള്ളില് എന്തെന്നറിയാത്ത ഒരു പിടച്ചിൽ. ഞാൻ അവിടുന്നങ്ങു മാറിക്കളഞ്ഞു. വൈകിട്ട് വീട്ടിൽ വന്നു കേറുമ്പോഴേ എനിക്ക് ഉള്ളിൽ തോന്നിയിരുന്നു ഇന്നും ഒരു കഥയ്ക്കുള്ള കോളുണ്ടെന്ന്. എഴുതി തുടങ്ങിയതും തീർന്നതും ഒന്നും ഞാൻ അറിഞ്ഞത് പോലും ഇല്ല. ഇത്തവണ കഥ ഒരു പ്രേമം ഉണ്ടായിരുന്നു. കഥാ നായകൻ ഞാനും നായിക ഞാൻ വെറുതെ ആണെങ്കിലും എന്റേതെന്നു സ്വയം പറഞ്ഞു പറ്റിക്കുന്ന എന്റെ ദേവുവും. എന്തായാലും ഇത് നാളെ ആദ്യം രാമൻ മാഷേ തന്നെ കാണിക്കണം എന്ന് മനസ്സിൽ ഓർത്തു ഞാൻ കിടന്നു.

രാവിലെ ക്ലാസ്സിലേക്ക് ചെല്ലുമ്പോൾ അല്ലെങ്കിൽ എന്നെ എണ്ണത്തിൽ പോലും കൂട്ടാത്ത എന്റെ സ്വന്തം ചങ്ങാതിമാർ ഞാൻ വരുന്നതും നോക്കി നിൽക്കുന്നു. അത് കണ്ടപ്പോൾ തന്നെ എനിക്ക് എന്തോ ഒരു പന്തികേട് മണത്തു. ഇതവണയും കാലു വാരിയത് വേറെ ആരും ആയിരുന്നില്ല, എന്റെ ഉറ്റ ചങ്ങാതി സിദ്ധു തന്നെ ആയിരുന്നു. അവൻ ബലമായി എന്റെ കഥയെടുത്തു വായിച്ചു, പിന്നീട് അത് എനിക്ക് കാണാൻ പോലും കിട്ടിയതും ഇല്ല. അവൾ ഒഴിച്ച് സ്കൂളിലെ പിള്ളേര് മുഴുവൻ അത് വായിച്ചു. അങ്ങനെ ഉള്ളിന്റെ ഉള്ളിൽ ആരും അറിയാതെ ഒരു കുഞ്ഞു

വർണ്ണകടലാസ്സിൽ ഞാൻ പൊതിഞ്ഞു വെച്ച എന്റെ ഇഷ്ടം അവളൊഴിച്ച് ബാക്കി എല്ലാവരും അറിഞ്ഞു.

അല്ലെങ്കിലും അത് അങ്ങനാണ്, ചില ഇഷ്ടങ്ങൾ ഉണ്ടാവും. അറിയേണ്ട ആ ഒരാൾ ഒഴിച്ച് ബാക്കി എല്ലാരും അറിയും, എന്താല്ലേ.! പുറകെ നടക്കാനോ ശല്യപ്പെടുത്താനോ ഞാൻ പോയില്ല. എങ്ങനെങ്കിലും ഒന്ന് മിണ്ടണം എന്നൊക്കെ ഉള്ളിൽ ഉണ്ടായിരുന്നു. എന്തിനു പറയുന്നു, ഉള്ളിലെ ഇഷ്ടം പറഞ്ഞറിയിക്കാനുള്ള ധൈര്യം പോലുമില്ലാത്ത ഒരുത്തൻ. ഇതുവരെ കൂടെ പഠിക്കണ പെൺകുട്ട്യോളോട് പോലും നേരെ മിണ്ടിയിട്ടില്ലാത്ത ഞാൻ എങ്ങനെ അവളോട് പോയി മിണ്ടാനാണ്. പേടിയോ, ധൈര്യമില്ലായ്മയോ, എന്തോ അറിയില്ല. ഞാൻ ഇങ്ങനാണ്.

അങ്ങനെ ഒരു ദിവസം ക്ലാസ്സിൽ ഒറ്റയ്ക്ക് ഇരിക്കുമ്പോൾ ദാ പിന്നേം എന്റെ നേർക്ക് വരുന്നു രേഷ്മ. നിനക്ക് എന്റെ അനിയത്തി ദേവൂനോട് എന്തോ ഇണ്ടെന്ന് കേട്ടല്ലോ, എന്താടാ നിന്റെ ഉദ്ദേശം. ഇത്രയും കേട്ടതും ഞാൻ ആകെ ഞെട്ടി തരിച്ചു നിന്നു പോയി. എന്താ പറയേണ്ടത് എന്നറിയില്ല,പെട്ടന്ന് ഞാൻ ഒന്നും മിണ്ടാണ്ട് അവിടുന്ന് ഇറങ്ങി ഓടി കളഞ്ഞു. അല്ലാതെ പിന്നെ അവരുടെ ഐ ഇ ഡി ചെക്കൻ വേറെ എന്ത് കാട്ടാനാണ്.

അടുത്ത ദിവസം ഉച്ചയ്ക്ക് ഭക്ഷണം കഴിച്ചോണ്ടിരിക്കുമ്പോൾ ആരോ വന്ന് രജനി ടീച്ചർ എന്നോട് ഒന്ന് ചെന്ന് കാണാൻ പറഞ്ഞെന്നു പറഞ്ഞു. ഇത് ഇനിയിപ്പോ എന്തിന്റെ പേരിലാണോ എന്തോ എന്ന് മനസ്സിൽ ഓർത്ത് ഞാൻ ചോറ്റുപാത്രവും കയ്യും കഴുകി ഞാൻ നേരെ ഓഫീസിലേക്ക് നടന്നു. അവിടെ ചെന്ന് കയറിയ എന്നെ കണ്ടപ്പോൾ എല്ലാരോടുമായി രജനി ടീച്ചറ് പറയാൻ തുടങ്ങി. ഈ കരിക്കട്ട

ചെറുക്കന്റെ എഴുത്തിനെ കുറിച്ച് അന്ന് ഞാൻ പറഞ്ഞപ്പോ നിങ്ങളൊക്കെ എന്താ പറഞ്ഞത്. എന്നാൽ കേട്ടോ ഈ ഐ ഇ ഡി സാറിന് എഴുത്ത് മാത്രം അല്ല, പെണ്ണ് കേസ് കൂടിയുണ്ട്. ഞാൻ വായും പൊളിച്ച് ടീച്ചറ് ഇതെന്ത് തേങ്ങയാ ഈ പറയുന്നത് എന്നോർത്ത് നിന്നു പോയി. ദേവിക, എന്റേതെന്ന് ഞാൻ എന്നോട് പറഞ്ഞു പറ്റിച്ച എന്റെ ദേവു ഞാൻ പുറകെ നടന്നു ശല്യം ചെയ്യുന്നു എന്ന് ടീച്ചറുടെ അടുത്ത് പരാതി പറഞ്ഞത്രേ. അവിടുന്ന് എന്നെ മാറ്റിയ ശേഷം രജനി ടീച്ചറ് പറഞ്ഞു തുടങ്ങി, കൊത്തി കൊത്തി നീ എന്റെ മുറത്തിൽ കേറി കൊത്താൻ ആയോടാ ചെക്കാ. രജനി ടീച്ചറാണ് അവളുടെ ക്ലാസ് ടീച്ചർ എന്ന സത്യം ഞാൻ അപ്പോഴാണ് തിരിച്ചറിയുന്നത്. അങ്ങനെ പറഞ്ഞു തുടങ്ങിയ ടീച്ചറുടെ ഉപദേശം ഒന്നരമണിക്കൂർ നീണ്ടു.

എനിക്ക് ഇത് ഒട്ടും ഉൾകൊള്ളാൻ സാധിച്ചില്ല. ഉള്ളിൽ എവിടോ ഒരു വാൾ കേറി ഇറങ്ങിയ വേദന. ദേഷ്യമോ വിഷമമോ കണ്ണീരോ, തലയിൽ എന്തൊക്കെയോ കൂടി ഉരുണ്ട് കയറിന്നത് ഞാൻ അറിഞ്ഞു.

വഴിയിൽ തടഞ്ഞു നിർത്താതെ, ഒരു തുറിച്ചു നോട്ടമെറിയാതെ, എന്തിന് പറയുന്നു ഇഷ്ടമെന്ന് ഒരു വാക്ക് കൂടെ പറഞ്ഞു നോവിക്കാത്ത എന്റെ സ്നേഹം അവൾക്കൊരു ശല്യമായിരുന്നത്രെ. അല്ലേലും ഞാൻ വെറുമോരു വട്ടനല്ലേ! എനിക്കെന്ത് സ്നേഹം...

2

തെക്കും പാണ്ടി

വല്ല്യച്ചാ, എണീക്ക് വല്ല്യച്ചാ...
ഉണ്ണിമോന്റെ വിളികേട്ട് ഞാൻ ഞെട്ടി ഉണർന്നു. കണ്ണ് തുറന്ന് കാര്യം തിരക്കിയപ്പോൾ അവനു കഥ കേൾക്കണമാത്രേ. എന്ത് കഥയാ മോന് കേൾക്കേണ്ടത് എന്ന് ചോദിച്ചപ്പോ അവന് ഉത്തരവുമില്ല.

എന്നാൽ എന്റെ നെറ്റിയിലെ ഈ മുറിപ്പാടിന്റെ കഥ ഞാൻ പറയാം. വല്ല്യച്ചരൻ ഇതെന്ത് തേങ്ങയാ ഈ പറയണത് എന്ന മട്ടിൽ ദാ വാ പൊളിച്ചിരിക്കണ് നമ്മടെ ഉണ്ണിമോൻ. മോന് താഴേക്കാട്ടിനും അപ്പുറമുള്ള താഴെക്കാവ് അറിയോ? എങ്ങനെ അറിയാനാ, നിന്റെ അച്ചരൻ പോലും കെട്ടിട്ടുണ്ടാവില്ല അങ്ങനെ ഒരു സ്ഥലത്തേക്കുറിച്ച്. ആ താഴെ കാവിന് ഒരു കാട് അപ്പുറമാണ് പാതാളത്താഴം. ഇതെന്തൊരു പേരാണ് വല്ല്യച്ചാ പാതാളത്താഴം.! ഉണ്ണിമോന്റെ സംശയം കേട്ടപ്പോൾ എന്റെ ചുണ്ടിൽ ചെറിയൊരു ചിരി വന്നു. പാതാളവും സ്വർഗ്ഗവും ഒന്നും അല്ലെടാ, ഇത് രണ്ടുമല്ലാത്ത ഒരു സ്ഥലമാണ് പാതാളത്താഴം. അവിടെ ഒരു എഴുത്തുക്കാരൻ ഉണ്ടായിരുന്നു, ആദി. ആളൊരു വട്ടനായിരുന്നു. ചുമ്മാ വട്ടെന്ന് പറഞ്ഞാൽ പോരാ

അയാൾടത് ഒരു പ്രത്യേക തരം വട്ടായിരുന്നു. ആള് ഒരു അസാധ്യ എഴുത്തുക്കാരനായിരുന്നു. അത് എന്തായാലും പറയാതെ വയ്യ, ജീവനുള്ള വരികളാണ് അയാളുടെ ഓരോ വരികളും എന്ന് പലരും പറയുന്നത് ഞാൻ കേൾക്കാൻ ഇടയായിട്ടുണ്ട്. ഞാൻ അയാളുടെ ഒരേയൊരു പുസ്തകമേ വായിച്ചിട്ടുള്ളു, നമ്മളേ പിടിച്ചിരുത്താനുള്ള എന്തോ ഒരു പ്രത്യേക ശക്തി അയാളുടെ ഓരോ വാക്കിനും ഉള്ളതായി എനിക്കും തോന്നാത്തിരുന്നില്ല. ഇതൊക്കെയോ കുറെ അവാർഡുകളും കിട്ടിയിട്ടുണ്ട്. അയാള് ഇത് എല്ലാം എഴുതിയത് പാതാളത്താഴത്ത് വെച്ചിട്ടാണ്, മറ്റൊരിടത്തേക്കും പോവാൻ അയാൾക്ക് ഇഷ്ടം അല്ലായിരുന്നത്രെ.

പക്ഷെ പെട്ടന്ന് ഒരു ദിവസം ഒരു മുഴം കയറിൽ അയാൾ അയാളുടെ അവസാന ശ്വാസവും കുടിച്ചു വറ്റിച്ചു. അതെന്തുവാ വല്ല്യച്ചാ ഈ ഒരു മുഴം കയറ്? ഉണ്ണിമോന്റെ ചോദ്യം കേട്ടപ്പോൾ ഈ കൊച്ചനെ കൊണ്ട് ഇത് വയ്യാതായല്ലോ എന്ന് ഞാൻ മനസ്സിൽ ഓർത്തു. പോലീസിന് ജോലിയില്ലാത്ത പാതാളത്താഴത്തേക്ക് പോലീസിന്റെ കുപ്പായം ഇട്ട് അന്ന് അതുകൊണ്ട് എനിക്ക് പോകേണ്ടി വന്നു. അന്ന് ഞാൻ ആയിരുന്നു തെക്കും പാണ്ടി പോലീസ് സ്റ്റേഷനിലെ ഹെഡ് കോൺസ്റ്റബിൾ. അയാള് മരിക്കുന്നതിനു രണ്ടു ദിവസം മുൻപായിരുന്നു പുതുതായി വന്ന പുരുഷോത്തമൻ പോലീസ് നമ്മടെ സ്റ്റേഷനിൽ ചാർജെടുത്തത്.

മോന് പുരുഷോത്തമൻ പോലീസിന്റെ കഥ അറിയോ? മരുത്തടി നാട് വിറപ്പിച്ച ഒരു ഗുണ്ട ഉണ്ടായിരുന്നു, ഭാസ്ക്കരൻ. ഒരു ദിവസം നമ്മടെ പുരുഷോത്തമൻ പോലീസ് ഭാസ്കരനെ അങ്ങ് പൊക്കി. സ്റ്റേഷനിൽ കൊണ്ടുവന്ന് ഇടിച്ചിടിച്ച് ഒരു പരുവമാക്കി. പന്ത്രണ്ട് വയസുള്ള ഒരു

കൊച്ചിനെ കേറി പിടിച്ചത് ആയിരുന്നു കേസ്. പുരുഷോത്തമൻ പോലീസിന് ആശുപത്രിയിലെ ആ കൊച്ചിന്റെ കിടപ്പ് കണ്ടിട്ട് ഒട്ടും സഹിച്ചില്ല. നേരെ കടപ്പുറത്തെ ചേരിയിൽ ചെന്ന് ഭാസകരനെ പൊക്കി. അന്ന് ഭാസ്കരന് പുരുഷോത്തമൻ പോലീസിന്റെ കൈയ്യീന്ന് കിട്ടിയ തല്ലിന് കണക്കില്ല. നിനക്ക് അറിയോടാ ഉണ്ണിക്കുട്ടാ അന്ന് ഭാസ്കരനെ ഒന്ന് എണീറ്റ് നിൽക്കാൻ പോലും പറ്റാത്ത വഴിക്കാക്കിയിരുന്നു. അവൻ ചാവുന്നത് വരെയും ഒന്ന് എഴുന്നേറ്റ് നിന്നത് പോലും ഇല്ലെന്നാ ഞാനും കേട്ടത്.

തമാശ അതല്ല, ഭാസ്കരനെ ഇറക്കി കൊണ്ടുപോവണം എന്നും പറഞ്ഞ് ഒരു പാർട്ടിക്കാരൻ സ്റ്റേഷനിൽ വന്നു. വന്നവൻ ആണേൽ ഭരണപക്ഷമാണ് എന്നൊക്കെ പറഞ്ഞു പരുഷോത്തമൻ പോലീസിന്റെ നേർക്കൊരു ചാട്ടം, അവനും കിട്ടി വേണ്ടത്. അന്ന് അവനെ കൈവെച്ചതിന്റെ പേരിലാണ് പുരുഷോത്തമൻ പോലീസിനെ ഇങ്ങ് തെക്കും പാണ്ടി സ്റ്റേഷനിലേക്ക് സ്ഥലം മാറ്റം കിട്ടിയത്.

അങ്ങനെ അടുത്ത ദിവസം പാതാളത്താഴത്തെ ആദിയുടെ മരണം അന്വഷിക്കാൻ ഞങ്ങൾ പുറപ്പെട്ടു. ഞങ്ങളെന്ന് പറയുമ്പോ ഞാനും ഡ്രൈവറും പുരുഷോത്തമൻ സാറും സാറിന്റെ മൂന്നര വയസുള്ള കുഞ്ഞ് മോനും. സാറിന്റെ മോനെ കുറിച്ച് പറഞ്ഞില്ലല്ലോ, ആള് ഉഷാറാണ്. പുരുഷോത്തമൻ സാറിന്റെ ഉശിരും ബുദ്ധിയും കഴിവുമെല്ലാം അങ്ങനെ തന്നെ അവന് കിട്ടിയിട്ടുണ്ട് എന്ന് ഞങ്ങൾക്ക് എല്ലാം അന്നേ ഉറപ്പായിരുന്നു. ഇവൻ ജനിച്ചപ്പോ തന്നെ പോയതാണ് അവന്റെ അമ്മ. പിന്നെ ഇവന്റെ അച്ചനും അമ്മയും എല്ലാം സാറ് തന്നാണ്. ഒറ്റയ്ക്ക് നിർത്തിയിട്ട് പോരാൻ പറ്റാത്തോണ്ടാണ് പാതാളത്താഴത്തേക്കും കൂടെ കൂട്ടിയത്. അങ്ങനങ്ങു പൊയ്കൊണ്ടിരിക്കുമ്പോൾ പുരുഷോത്തമൻ

സാറ് എന്നോടായിട്ട് പറഞ്ഞു തുടങ്ങി. പാതാളത്താഴമെന്ന് പറഞ്ഞിട്ട് ഇത് ഏത് പാതാളത്തിലേക്കാണെടോ ഈ പോണത്. കുറെ നേരമായല്ലോ ഇതില് ഇങ്ങനെ കുലുങ്ങി കുലുങ്ങി ഇരിക്കാൻ തുടങ്ങീട്ട്.

ഒരു ചെറുപുഞ്ചിരി മായാതെ ചുണ്ടിൽ ബാക്കി വെച്ചുകൊണ്ട് ഞാൻ പറഞ്ഞു തുടങ്ങി. സാറെ, സാറിന് സ്ഥലം അത്ര പിടിയില്ലാത്തോണ്ടാണ്. നമ്മള് ഇപ്പൊ താഴെക്കാട്ടിൽ കൂടാണ് പൊയ്ക്കൊണ്ടിരിക്കുന്നത്. ഇവടം കഴിഞ്ഞാൽ പിന്നെ താഴെകാവ്, അതിനും ഒരു കാട് അപ്പുറമാണ് പാതാളത്താഴം. പണ്ടൊന്നും അങ്ങോട്ട് കരണ്ട് പോലും ഇല്ലാരുന്നു സാറെ, ഇപ്പോഴാണ് പിന്നേം കുറച്ചെങ്കിലും മാറ്റം വന്നത്. അവിടെ പിന്നെ കുറ്റോം കളവും ഒന്നും നടക്കാത്തകൊണ്ട് അവടെ നമ്മുടെ ഒന്നും ആവശ്യോം ഇല്ല.

പാതാളത്താഴത്തിന് വലിയൊരു പ്രത്യേകത ഉണ്ട് സാറെ. അവിടെ നമ്മുടെ നാട്ടിലെ പോലെ അമ്പലവും പള്ളിയും പൂജാരിയും പള്ളീലച്ചനും ഒന്നും ഇല്ല. അവിടെ ആകെ കൂടി ഉള്ളത് ഒരു സ്കൂൾ ആണ്. സർക്കാരിന് പോലും വേണ്ടാത്തൊരു സർക്കാർ സ്കൂള്. ഞാൻ പറഞ്ഞോണ്ടിരിക്കുമ്പോൾ പുരുഷോത്തമൻ സാറ് ഇടയ്ക്ക് കേറി ചോദിച്ചു, ഇതിപ്പോ നമ്മള് വൈകിട്ട് വെട്ടവും വെളിയുമുള്ളപ്പോൾ ഇറങ്ങിയതല്ലേ, മൊത്തം ഇരുട്ടയാല്ലോ. അങ്ങ് ചെന്നെത്തുമ്പോൾ നല്ലോണം നേരം വൈകുമായിരിക്കും അല്ലെ? ചുറ്റും കൊടുംകാടാണ് വഴിയാണേൽ തീരെ മോശം, പിന്നെ പോരാത്തതിന് ഈ കയറ്റവും ഇറക്കവുമെല്ലാം അല്ലെ, എന്നാലും അധികം വൈകാതെ അങ്ങ് എത്തുമായിരിക്കും സാറെ, എന്ന് ഞാനും പറഞ്ഞു. എടൊ ആ തുങ്ങിയവൻ എന്തായിരുന്നെന്നാ

പറഞ്ഞേ... ഹാ കിട്ടി, പാട്ടുകാരൻ, അയാള് എന്തിനാടോ ഈ കാട്ടില് വന്ന് താമസിക്കുന്നത്. അയാക്ക് വല്ല പട്ടണത്തിലും ചെന്ന് താമസിച്ചിട്ട് എന്താന്ന് വെച്ചാൽ ആയിക്കൂടെ. ഇത് ചുമ്മാ മനുഷ്യനെ മെനക്കെടുത്താൻ വേണ്ടിയിട്ട് ഓരോന്ന് ഇറങ്ങിക്കോളും.

പാട്ടുകാരനല്ല സാറെ എഴുത്തുകാരൻ, ഞാൻ പറഞ്ഞു തുടങ്ങി. പുറത്തേക്ക് അത്യാവശ്യം നാലാള് അറിയുന്ന മനുഷ്യൻ തന്നാണ്. എന്തോ ദേശീയ പുരസ്കാരത്തിന് പരിഗണിച്ചിട്ടുണ്ടെന്നോ കിട്ടിയിട്ടുണ്ടെന്നോ ഓക്ക് ഞാൻ കെട്ടിട്ടുണ്ട്, ഇവിടുന്ന് അയാള് അങ്ങനെ പുറത്തേക്കും പോകാറ് ഇല്ലത്രെ, അയാളെന്നല്ല പാതാളത്താഴത്തെ മനുഷ്യരോക്കെ പൊതുവെ അങ്ങനാണ്. പിന്നെ അയാക്ക് അതിന് വേറൊരു കാരണം കൂടി ഉണ്ട്. എഴുത്ത് വരണമെങ്കിൽ പാതാളത്താഴത്തെ പുള്ളിയുടെ വീട്ടിൽ ഇരുന്നാലേ പറ്റത്തുള്ളു പോലും. പണ്ട് ഏതോ പത്രക്കാര് പട്ടണത്തില് നിക്കാത്തത് എന്താന്ന് ചോദിച്ചപ്പോ ഇങ്ങനെ ആണത്രെ മറുപടി കിട്ടിയത്. താൻ ആള് കൊള്ളാല്ലോ, ആ തൂങ്ങിയവന്റെ എന്തേലും താൻ വായിച്ചിട്ടുണ്ടോ? സാറിന്റെ ചോദ്യം കേട്ടതും ഞാൻ തുടങ്ങി. ഒരെണ്ണം വായിച്ചിട്ടുണ്ട്, അതിന്റെ വെളിച്ചതിൽ എനിക്ക് ഉറപ്പായും പറയാൻ പറ്റും സാറെ അങ്ങേര് ഒരു അസാധ്യ എഴുത്തുകാരൻ തന്നായിരുന്നു.

പെട്ടെന്ന് മുന്നിലൂടെ എന്തോ ചാടിയപോൽ കണ്ട ഡ്രൈവർ വണ്ടി ഇടത്തോട്ട് വെട്ടിച്ചു. വണ്ടി നേരെ ചെന്ന് ഒരു മരത്തിൽ ഇടിച്ചതും പുരുഷോത്തമൻ സാറിന്റെ മോൻ കൈയ്യീന്ന് തെറിച്ച് പുറത്തേക്ക് പോയതും ഒരുമിച്ചായിരുന്നു. അപ്പോൾ വല്യച്ചന്റെ തല ജീപ്പിലെ ഒരു കമ്പിയിൽ ഇടിച്ച് മുറിഞ്ഞതിന്റെ പാടാണ് ഇന്നും എന്റെ നെറ്റിയില് ഈ

മുറിപ്പാടായി കിടക്കുന്നത്.

വല്യച്ച്ചരന്റെ മുറിപ്പാടൊക്കെ അവിടെ നിക്കട്ടെ, ബാക്കി അവിടെ എന്താ ഉണ്ടായെ ന്ന് പറ വല്യച്ചാ. ഉണ്ണിക്കുട്ടൻ ചോദിച്ചതല്ലേ പറഞ്ഞേക്കാം, ഞാൻ ജീപ്പീന്നു പുറത്തിറങ്ങി. ആ നേരം കൊണ്ട് തന്നെ എന്റെ നെറ്റിയില്ലൂടെ ചോരയൊലിക്കാൻ തുടങ്ങിയിരുന്നു. ഡ്രൈവറാണെൽ വണ്ടി പുറകോട്ട് എടുത്ത് നേരെയാക്കാൻ ഉള്ള പണിയും നോക്കുന്നു. പുറത്തേക്ക് തെറിച്ച് വീണ കുഞ്ഞിനേയും തിരഞ്ഞ് പുരുഷോത്തമൻ സാറും പുറത്തേക്ക് ഇറങ്ങി. ഞാനും സാറിനോപ്പം ആ കാട്ടുവഴിയുടെ ഇടതുവശത്തേക്ക് നീങ്ങി. സാറിന്റെ കുഞ്ഞ് താഴേക്ക് വീണുപോയിരിക്കണം. അതെ, അതൊരു കൊക്കയാണ്. പുരുഷോത്തമൻ സാറിന് ആകെക്കൂടെ ഭ്രാന്ത് പിടിച്ച അവസ്ഥയായി. പെട്ടന്ന് വലത് വശത്തൂന്ന് എന്തോ ഒരു ശബ്ദം. ഞാൻ നേരെ ഓടി ജീപ്പിൽ കേറി. കുഞ്ഞിനേയും നോക്കി നിന്ന സാറിന്റെ മുന്നിലേക്ക് ഒരു ഉശിരൻ പുലി ചാടി വീണു. പുരുഷോത്തമൻ സാറിന്റെ അന്ത്യം പേടിച്ചു വിറച്ച് ഞങ്ങൾ അന്ന് നോക്കിനിൽക്കേണ്ടി വന്നു.

എടാ ഉണ്ണിമോനെ നിനക്ക് വട്ടുണ്ടോടാ ഈ വല്യച്ച്ചരന്റെ തള്ള് കഥയും കെട്ടിരിക്കാൻ. ഉണ്ണികുട്ടന്റെ ജേഷ്ഠനാണ്. എവിടുന്നോ ഒരു അടി കിട്ടിയ ഞെട്ടലിൽ ഞാൻ അവനോട് ചോദിച്ചു. ഇതിൽ എന്താടാ തള്ള്, എന്റെ ജീവിതം നിനക്കൊക്കെ എന്താ തമാശയാണോ? അതിനു പുറകെ ആയിരുന്നു അവന്റെ മറുപടി, അന്ന് പുരുഷോത്തമൻ പോലീസിനെ അവിടുന്ന് ഏതോ അപ്പൊ പാമ്പ് കടിച്ചിട്ടല്ലേ മരിച്ചത്. അതുവരെ നിന്റെ വല്യച്ച്ചരൻ പറഞ്ഞത് സത്യം ആണെടാ, പക്ഷെ ഈ പാമ്പ് എങ്ങനാ പുലിയായത് എന്നാ

എനിക്ക് മനസ്സിലാവാത്തത്.

നിനക്ക് മനസ്സിലാവില്ലെടാ ചെറുക്കാ, എന്റെ ജീവിതം ഇത്രയും കണ്ടതും ജീവിച്ചതും നീയല്ല ഞാനാണ്, ഉത്തരം മുട്ടിയപ്പോ എന്തോ പറഞ്ഞിട്ട് ചാരുകസേരയിൽ നിന്ന് മുണ്ടും വലിച്ചുകേറ്റി പിടിച്ചു നടന്നു പോവണ വല്യച്ഛനെയും നോക്കികൊണ്ട് ഉണ്ണിമോൻ മനസ്സിലോർത്തു,

"അപ്പൊ കൊല്ലം കുറെ കഴിയുമ്പോ പാമ്പ് ആണല്ലേ വല്യ പുലിയായിട്ട് മാറണത്..!"

3
താഴേക്കാട്

ഡാ ഐ ഇ ഡീ... ഞാൻ തിരിഞ്ഞോന്ന് നോക്കി, സിദ്ധുവാണ്.കല്യാണ ചെക്കന് നമ്മളെ ഓക്ക് അറിയോ, ഞാൻ അവനോടായ് ചോദിച്ചു. അതെ അടുത്തഴ്ചയാണ് സിദ്ധുവിന്റെ കല്യാണം. കൂടെ പഠിച്ചോർക്ക് ഓക്ക് കല്യാണവും കഴിഞ്ഞ് പിള്ളേരും ആവാനായി. എന്നിട്ടും എനിക്ക് മാത്രം ഇപ്പോഴും കല്യാണപ്രായം ആവാത്ത മട്ടാണ്.

അവൻ പറഞ്ഞു തുടങ്ങി, എന്റെ കല്യാണം കൂടി കഴിഞ്ഞാൽ നമ്മുടെ ബാച്ചിലെ എല്ലാരുടേം കല്യാണം ആയി. ശേ ഞാൻ നിന്റെ കാര്യം അങ്ങ് വിട്ട് പോയി, നീ ഒഴികെ ബാക്കി എല്ലാരുടേം... എന്നിട്ട് അവൻ വളിച്ച ഒരു ചിരിയും ചിരിച്ച് നിന്നു. അല്ലേലും നിനക്കൊക്കെ എവിടുന്ന് പെണ്ണ് കിട്ടാനാണ്, ഈ വട്ടനെ കെട്ടാൻ ആര് സമ്മതിക്കാനാണ്. ഇത്രയും കേട്ടതും ഞാൻ ഇടയ്ക്ക് കയറി പറഞ്ഞു തുടങ്ങി. അല്ലെങ്കിൽ എന്റെ ഈ പ്രിയ സുഹൃത്ത് കറുപ്പും വട്ടും പ്രാന്തും ഒക്കെ പറഞ്ഞ് എന്റെ തോൽ മുഴുവനേ പറിച്ചെടുത്ത് കഴിയാതെ നിർത്താൻ സാധ്യതയില്ല. അതൊകൊണ്ട് എനിക്ക് പെണ്ണും വേണ്ട കല്യാണോം വേണ്ട എന്ന് ഞാൻ അങ്ങട് പറഞ്ഞു. അപ്പൊ നീ മറ്റേതാണോ എന്നായി അവന്റെ ചോദ്യം,

അല്ല ഇനി അത് ആണേലും കുഴപ്പം ഒന്നുമില്ല. താഴെ കാട്ടില് മരം വലിക്കാൻ നല്ല ഉശിരൻ ചെക്കന്മാര് ഇപ്പൊ വരാറുണ്ട്, നീ ഒന്ന് പോയ് നോക്ക് എല്ലാം ശരിയാവും. എന്നിട്ട് അവൻ തന്നെ ഒറ്റയ്ക്ക് അങ്ങ് നിന്ന് ചിരിച്ചു. എനിക്ക് അത്ര കേട്ടത് തന്നെ ധാരാളമായിരുന്നു. ശരിക്കും കാലു തൊട്ട് മേപ്പോട്ട് തരിച്ചു കേറാൻ തുടങ്ങി, ഞാൻ അങ്ങാനാണെന്ന് നിന്നോട് ആരാ പറഞ്ഞത്? അല്ല, ഇനി ഞാൻ അങ്ങനെ ആണേൽ തന്നെ നിനക്ക് എന്താ കുഴപ്പം. അറിയാൻ പാടില്ലാത്തോണ്ട് ചോദിക്കുവാ, ഇത്ര വല്യ തമാശ പോൽ സ്വയം പറഞ്ഞങ്ങ് ചിരിക്കാനും മാത്രം എന്താ നീ ഈ പറഞ്ഞതിൽ ഉള്ളത്? മനുഷ്യനെ വെറും മനുഷ്യനായി കാണാൻ പോലും പറ്റണില്ലെങ്കിൽ നീയൊക്കെ എന്തൊരു മനുഷ്യനാടോ!

രാമൻ മാഷ് എന്നോട് എന്തോ പറയാനായി വരുന്നുണ്ട്, ആദി വാ, നമുക്ക് നിന്റെ വീട് വരെ ഒന്ന് പോവാം. അച്ചന് പെട്ടന്ന് എന്തോ ഒരു വയ്യായ്ക. പേടിക്കാൻ ഒന്നുമില്ല, വടക്കുഭാഗത്തെ വൈദ്യൻ അച്ചനെ നോക്കുന്നുണ്ട്. ഇത് കേട്ടതും എന്റെ ഉള്ളിൽ എന്തെന്നില്ലാത്ത ഒരു പാളൽ. കുട്ടപ്പൻ എന്റെ അച്ചനല്ല, പക്ഷെ എനിക്ക് കുട്ടപ്പൻ എന്റെ അച്ചൻ തന്നെയാണ്.

ഒന്നരകൊല്ലമായി കുട്ടപ്പൻ ഈ കിടപ്പ് കിടക്കാൻ തുടങ്ങിയിയിട്ട്. താഴെ കാട്ടിൽ മരം വലിക്കാൻ പോയപ്പോ ഒന്ന് വീണതാണ്. അങ്ങനെ കിടന്ന കിടപ്പാണ്. മനസ്സിൽ ചെറുപ്പം തൊട്ടുള്ള ഓരോ കാര്യങ്ങളും മാഞ്ഞുമറയുന്നുണ്ടായിരുന്നു. എന്നാൽ വീട്ടിലേക്കുള്ള എന്റെ ഓട്ടത്തിനായിരുന്നു ഓർമ്മകളെക്കാൾ വേഗം. എന്നെ വിളിക്കാൻ വന്ന രാമൻ മാഷ് എനിക്ക് പുറകെ പതിയെ നടന്നു വരുന്നുണ്ട്. ഞാൻ വീട്ടിലേക്ക് എത്തിയപ്പോഴേക്കും ആരൊക്കെയോ കൂടി

കുട്ടപ്പനെ വെള്ള പുതപ്പിച്ചു കിടത്തിയിരിക്കുന്നു. അണപ്പൊട്ടി ഒഴുകാൻ കാത്തുനിന്ന കണ്ണിലെ കണ്ണീരിനെ ഞാൻ എങ്ങാനോക്കെയോ പിടിച്ചു നിർത്തി. സ്വന്തമെന്ന് ചേർത്തു പറയാൻ ഭൂമിയിൽ ആകെ എനിക്കുണ്ടായിരുന്ന ആ ജീവനും ഇനിയില്ല. ഇനി എന്തിനു ജീവിക്കണം, ആർക്ക് വേണ്ടി, ആ അറിയില്ല! പെട്ടെന്ന് കണ്ണിലേക്ക് എന്തോ ഒരു ഇരുട്ട് അടിച്ച് കേറണപോലെ എനിക്ക് തോന്നി. ആരോ തലയ്ക്ക് പിന്നിൽ കനത്തിൽ ഒന്ന് ആഞ്ഞടിച്ചത് പോൽ... ഡാ ആദി, എണീക്ക്. സിദ്ധുന്റെ ശബ്ദം കെട്ടാണ് ഞാൻ ഉണർന്നത്. കണ്ണുകൾക്ക് വല്ലാത്ത ഭാരം, എത്ര ശ്രമിച്ചിട്ടും ഒന്ന് തുറക്കാൻ പറ്റണില്ല. ഒടുവിൽ എന്റെ കഠിന ശ്രമത്തിന് ഫലം കണ്ടു, കണ്ണ് തുറന്നപ്പോൾ മുന്നിൽ രാമൻ മാഷും സിദ്ധുവും ഉണ്ട്. വട്ടൻ പേടിച്ച് ചത്തെന്നാ വിചാരിച്ചത്, ജീവനുണ്ടല്ലേ ഭാഗ്യം. സിദ്ധുവിന്റെ പറച്ചിലുകേട്ട് രാമൻ മാഷും ചെറുതായ് ഒന്ന് ചിരിച്ചു.

എനിക്ക് അത് അത്ര പിടിച്ചില്ല. രണ്ട് ദിവസമായത്രേ ഞാൻ ഒരു അനക്കവുമില്ലാതെ ഈ കിടപ്പ് കിടക്കാൻ തുടങ്ങിയിട്ട്. അച്ചരൻ പോയ പോലെ എന്റെ കാര്യവും തീരുമാനം ആയെന്ന് എല്ലാവരും കരുതിയിടത്താണ് എന്റെ ഈ മടങ്ങി വരവ്. പതിയെ ഞാൻ എണീറ്റ് നടക്കാൻ ശ്രമിച്ചു. ഇല്ല, പറ്റണില്ല. കാലിനു തീരെ ബലമില്ലാത്ത പോലുണ്ട്. രാമൻ മാഷ് കഴിക്കാൻ കുറച്ചു കഞ്ഞി കൊണ്ടുവന്ന് തന്നു. ഞാനത് കഴിച്ച് ഒന്ന് മയങ്ങി. എണീറ്റപ്പോൾ അടുത്ത് ആരുമില്ല. അല്ലെങ്കിലും എനിക്ക് ഇനി ആരാണ് ഉള്ളത്, ഇല്ല ആരുമില്ല. എനിക്ക് മൊത്തത്തിൽ പ്രാന്ത് പിടിക്കണ പോലെ തോന്നി. ഞാൻ പതിയെ എണീറ്റ് നടന്നു. കുഴപ്പമില്ല, ഇപ്പോൾ നടക്കാൻ പറ്റണുണ്ട്. എന്നാലും മൊത്തത്തിൽ ഒരു ക്ഷീണം, മനസ്സിന് അകെ കൂടി ഒരു മന്ദത. ഉള്ളിൽ ഒരേ സമയം

കണ്ണീരും ദേഷ്യവും അലയടിക്കുന്ന പോലുണ്ട്.

രാവിലെ പണിക്ക് പോവാന്ന് കരുതിയപ്പോൾ നേരെ ചെന്ന് പെട്ടത് സിദ്ധുവിന്റെ മുന്നിൽ, എന്താണാ കരിമൊട്ടെ നിന്റെ കണ്ണൊക്കെ ചുവന്നിരിക്കുന്നത്, നിനക്ക് ശെരിക്കും വട്ടായോ... പണ്ട് തൊട്ടേ സിദ്ധു ഇങ്ങനാണ്, വായില് വരുന്നത് എന്തേലും ഓക്ക് എന്നെ പറയും. എന്നിട്ട് അവൻ തന്നെ സ്വയം അങ്ങട് നിന്ന് ചിരിക്കും. "വട്ടന്മാര് കൊന്നാല് കേസില്ലെന്നാ കേട്ടത്, മാറി നിന്നോ എന്റെ മുന്നീന്ന്." ഞാൻ പറഞ്ഞത് കേട്ടപ്പോൾ സിദ്ധു ഒന്ന് ഞെട്ടി. ചെറുപ്പം തൊട്ട് ഇന്ന് വരെ പലതും പറഞ്ഞ് പലവട്ടം എന്നെ കളിയാക്കിയിട്ടും നാണം കെടുത്തിയിട്ടും വരെയുണ്ട്. പക്ഷെ മറിച്ച് ഇങ്ങനെ ഒരു വാക്ക് പോലും എന്റെ വായിൽ നിന്ന് ഇതുവരെ ആരും കെട്ടിട്ടില്ലായിരുന്നു. അവൻ ഒന്നും മിണ്ടാതെ വായും പൂട്ടി എങ്ങടോ പോയ്കളഞ്ഞു. അവൻ അന്ന് അതുതന്നെ ധാരാളമായിരുന്നു. ഇനി എനിക്ക് ശെരിക്കും വട്ടായെന്ന് അവൻ വിചാരിച്ചിട്ടുണ്ടാവുമോ! ഞാൻ ഇതെന്താണ് ആലോചിക്കുന്നത്. അവന്റെ എന്നല്ല എല്ലാവരുടേം കണ്ണിൽ എനിക്ക് വട്ടല്ലേ, പിന്നെന്ത് പുതുമ.!

അപ്പോളാണ് നാണുവേട്ടൻ ഒരു കത്തുണ്ടെന്ന് പറഞ്ഞു എനിക്ക് എനിക്ക് നേരെ ഒന്ന് വച്ചു നീട്ടിയത്. ഞാനത് വാങ്ങി പൊട്ടിച്ചു വായിച്ചു. പട്ടണത്തിലെ പി കെ പബ്ലിക്കേഷനിലെ ജോസപ്പ് ചേട്ടനാണ്, എന്റെ നാലാമത്തെ പുസ്തകത്തിനു എന്തോ ദേശിയ പുരസ്കാരം എങ്ങാണ്ട് ഉണ്ടത്രേ. ഈ പാതാളത്താഴത്തുകാർക്ക് ഇടയിലെ ഈ വട്ടൻ പാതാളത്താഴത്തുകാരന് എന്ത് ദേശീയ പുരസ്കാരം! ഇപ്പോൾ പുതിയ എഴുത്ത് വന്നിട്ട് കുറച്ചയല്ലോ എന്തുപറ്റി എന്ന ജോസപ്പ് ചേട്ടന്റെ ചോദ്യം കൂടി കണ്ടപ്പോൾ ഉള്ളിന്റെ

ഉള്ളിൽ ഒരു വിങ്ങൽ.

ശരിയാണ് ഇപ്പൊ എഴുത്തൊന്നും ഇല്ല. എഴുത്തിനോളം ഞാൻ ചെയ്യാൻ ആഗ്രഹിക്കുന്നതും ഇഷ്ടപ്പെടുന്നതുമായ കാര്യം ഈ ലോകത്ത് വേറെയില്ല. ഒന്നര വർഷത്തിനും മേലെ ആയിരിക്കുന്നു എന്തെങ്കിലും ഒന്ന് എഴുതിയിട്ട്. എന്നെയും എന്റെ മനസ്സിനെയും മാനസികമായി കീഴ്പ്പെടുത്താൻ വിടാതെ വേട്ടയാടുന്ന എന്തോ ഒന്ന് എന്റെ പിന്നാലെ ഉണ്ടായിരുന്നു. എന്തിരുന്നാലും ഇന്ന് ആ ചങ്ങല എന്റെമേൽ ഇല്ല. ഇനിവേണം എനിക്ക് ഒന്നെഴുതാൻ. ഈ ഒന്നിനും കൊള്ളാത്തവനിൽ ആകെക്കൂടി കൊള്ളാവുന്ന ഒന്നായ് ഞാൻ സ്വയം കണ്ടെത്തിയ ഒന്നാണ് എഴുത്ത്. ഇന്നും എഴുതുമ്പോൾ എനിക്ക് കിട്ടണ ആ സംതൃപ്തിയും സന്തോഷവും മറ്റൊന്നിനും എനിക്ക് താരനായിട്ടില്ല.

ആദി, നി എന്താ ഇവിടെ ഇങ്ങനെ നിൽക്കുന്നത്, ഒരു കാര്യമുണ്ട്. നമുക്ക് നിന്റെ വീട് വരെ ഒന്ന് പോവാം, രാമൻ മാഷാണ്. ഒന്നും മിണ്ടാതെ വീട്ടിലേക്ക് മാഷിന്റെ പുറകെ ഞാൻ അങ്ങ് നടന്നു. എന്തോ കാര്യമായ കാര്യമുണ്ടെന്ന് തോന്നുന്നല്ലോ. എന്തായിരിക്കുമത് എന്ന് മനസ്സിലോർത്ത് ഞാൻ നടന്നു. മാഷ് നേരെ ചെന്ന് കേറിയത് അച്ഛന്റെ മുറിയിലേക്കാണ്. പഴയ ഒരു പെട്ടി അവിടെ ഇരിപ്പുണ്ടായിരുന്നു. പൊടി തട്ടി ഞാൻ ആ പെട്ടി തുറന്ന് കൊടുത്തു. മാഷ് അതിൽ നിന്നും ഒരു നെയിം പ്ലേറ്റ് പുറത്തെടുത്ത് എന്റെ കയ്യിൽ വെച്ച് തന്നു. ഞാൻ അതിൽ എഴുതിയ പേരൊന്ന് വായിച്ചു. എസ് ഐ പുരുഷോത്തമൻ. ആദി, ഇത് കുട്ടപ്പന് താഴെക്കാട്ടിൽ ചോരയിൽ കുളിച്ചു കിടന്ന പാതി ജീവനുള്ള നിന്നെ അന്ന് കിട്ടിയപ്പോൾ കുഞ്ഞു കൈകളിൽ നീ മുറുകെ പിടിച്ചിരുന്നതാണ്. ആരെന്നോ

എന്തെന്നോ അറിയില്ല. പക്ഷെ ഇതായിരിക്കണം നിന്റെ അച്ഛൻ, എസ് ഐ പുരുഷോത്തമൻ.!

4
ഭ്രാന്തന്റെ പ്രാന്ത്

വട്ടനെന്നും ഐ ഇ ഡി എന്നുമൊക്കെ എന്നെ വിളിച്ചിരുന്ന പാതാളത്താഴത്തുകാർ ഇന്ന് ആദിയേട്ടൻ എന്ന് എന്നെ മാറി വിളിക്കാൻ തുടങ്ങിയിരിക്കുന്നു. എന്നാൽ എനിക്ക് നന്നായി അറിയാം, ഇന്നും എന്റെ മുന്നിൽ നിന്ന് മുഖം നോക്കി ചിരിച്ചിട്ട് മുഖം തിരിഞ്ഞു നിന്ന് എന്നെ പൊട്ടാണെന്നും വട്ടനെന്നുമൊക്കെ പറഞ്ഞും ചിരിച്ചും നടക്കുന്ന മനുഷ്യർക്ക് ഒട്ടും തന്നെ ക്ഷാമം ഇല്ലാത്ത നാട്ടിൽ തന്നെയാണ് ഞാൻ ഇന്നും ഇപ്പോഴും ജീവിക്കുന്നത്. എന്നിട്ടും അല്പം പോലും തല കുനിക്കാതെ തല ഉയർത്തി തന്നെ ഞാൻ പാതാളത്താഴത്ത് കൂടി നടന്നു തുടങ്ങിയ നാളുകൾ ആയിരുന്നു.

ഞാൻ എഴുത്തൊക്കെ നിർത്തി, ഇപ്പൊ ഒന്നും എഴുതാറില്ല എന്നാണ് എല്ലാരുടേം വിചാരം. പുതിയ പുസ്തകം ഒന്നും ഇല്ലാത്തതു കൊണ്ട് വായനക്കാരിൽ നിന്നുള്ള കാത്തുകളും ഇന്ന് അന്യംനിന്ന് പോയിരിക്കുന്നു. എന്നാൽ എന്റെ ഉറക്കമില്ലാത്ത ഈ രാത്രികളിലും ഞാൻ എന്റെ ഉള്ളിന്റെ ഉള്ളിലെവിടെയോ ഉറങ്ങിക്കിടന്ന എഴുത്തിനെ ഉണർത്തി എടുക്കുകയായിരുന്നു. അതെ, ഏറെ നാളുകൾക്ക് ശേഷം അടുത്തൊരു പുസ്തകം.

പുറത്തേക്ക് നോക്കിയപ്പോൾ ആരോ ഇങ്ങട് നടന്നു വരുന്നുണ്ട്. ആരാണെന്ന് വ്യക്തമാവുന്നില്ല. ഇപ്പൊ കുറച്ചായിട്ട് കണ്ണിന് ഒരു മൂടൽ. ആള് ഇങ്ങ് അടുത്ത് എത്തിയപ്പോളാണ് മുഖം തിരിഞ്ഞത്. സനൂപാണ്, എന്റെ വീടിനു തെക്ക് നാല് വീട് മാറിയാണ് അവന്റെ വീട്. കുറച്ചു നാളായ് അവൻ ആയി പുറത്താണ്, എന്നെക്കാൾ മൂന്നു വയസ്സ് ഇളയതാണ്. വന്നു കേറിയപാടെ ആധിയേട്ടാ എന്ന് വിളിച്ച് അവൻ എന്നെ ചേർത്തു പിടിച്ചു. എന്തുണ്ടെടാ വിശേഷം, എത്ര നാൾ ആയി കണ്ടിട്ട്, ഞാൻ സുഖവിശേഷങ്ങൾ ആരാഞ്ഞു. എന്ത് പറയാനാ ഏട്ടാ ഇങ്ങനൊക്കെ അങ്ങ് പൊന്നു, ഏട്ടനല്ലേ വിശേഷം. വല്യ എഴുത്തുക്കാരൻ ഒക്കെ ആയില്ലേ. ഏട്ടന് അറിയോ, എന്റെ റൂമില് ഒരു പാലക്കാട്ടുകാരൻ മാധവൻ ഉണ്ട് അവനാണേൽ ആദിയേട്ടന്റെ വലിയ ഒരു ആരാധകനാണ്. ഏട്ടന്റെ ഇല്ല പുസ്തകവും അവന്റെ കൈയ്യിൽ ഉണ്ട്, അങ്ങനാണ് ഞാനും ആദ്യായിട്ട് ഏട്ടന്റെ പുസ്തകം വായിക്കുന്നത് പോലും. ശെടാ, ഇവനെക്കൊണ്ട് തോറ്റല്ലോ, അങ്ങനൊന്നും ഇല്ലെടാ, ഞാൻ ചുമ്മാ ഇങ്ങാനോരോന്ന് കുത്തി കുറിക്കുന്നു, അത്ര തന്നെ. ഞാൻ അങ്ങനങ്ങു പറഞ്ഞു നിർത്തി.

ആദിയേട്ടന് ഞാൻ ഒരു സാധനം കൊണ്ടുവന്നിട്ടുണ്ട്. വല്ല സ്പ്രെയും ആണേൽ നീ വേറെ ആർക്കേലും കൊട്, ഞാൻ അതൊന്നും ഉപയോഗിക്കാറില്ല. മുഖത്തടിച്ച പോലെ ഞാൻ പറഞ്ഞു. അതൊന്നുമല്ല, ഇതൊരു മൊബൈൽ ഫോണാണ്. അത് കൊള്ളാം, എനിക്ക് ഇനി അതിന്റെ കുറവ് കൂടിയേ ഉണ്ടായിരുന്നുള്ളു, ഒന്ന് പോയെടാ എന്ന് ഞാനും പറഞ്ഞു. ഒടുവിൽ ഇത് ഞാൻ ഏട്ടന് വേണ്ടി വാങ്ങിയതാ, ഇത് ഏട്ടൻ തന്നെ ഉപയോഗിക്കണം എന്ന അവന്റെ വാശിക്കു മുന്നിൽ

എനിക്ക് അയഞ്ഞുകൊടുക്കേണ്ടി വന്നു. അവനെനിക്ക് അതിൽ വാട്ട്സാപ്പും ഫേസ്ബുക്കുമെല്ലാം നേരെയാക്കി തന്നു, പകരമായി ഞാൻ ഒരു കട്ടനും അവന് നേരെ നീട്ടി.

രാത്രി ഞാൻ ചുമ്മാ അതെടുത്തൊന്ന് നോക്കി. അപ്പൊ പെട്ടെന്നൊരു ബുദ്ധി തോന്നി. കൂടെ പഠിച്ച കുട്ടിയുടെ പേര് രേഷ്മ സോമൻ, അപ്പൊ സംശയിക്കേണ്ടതില്ല അനിയത്തിയുടെ പേര് ദേവിക സോമൻ എന്ന് തന്നായിരിക്കണം. ഞാൻ തേടിയ എന്റെ ദേവുനെ നിമിഷ നേരം കൊണ്ട് കണ്ടുകിട്ടി. ഇത് സംഗതി കൊള്ളാല്ലോ, ഒരു പൂച്ചക്കുട്ടിയുടെ ചിത്രമൊക്കെ കാണുന്നുണ്ട്. ഞാനൊരു റിക്വസ്റ്റ് അങ്ങ് വിട്ടു. കുറച്ചു നേരം കഴിഞ്ഞ് ഫോണിൽ നിന്നൊരു ശബ്ദം, അക്സെപ്റ്റ് ചെയ്തെന്ന് കണ്ടപ്പോ പിന്നൊന്നും നോക്കിയില്ല നേരം വൈകിക്കാണ്ട് ഞാൻ ഒരു ഹെലോ കൂടി അയച്ചു. പണ്ട് മിണ്ടാ പൂച്ചയായി നടന്ന, പെൺകുട്ട്യോളോട് എന്ത് മിണ്ടണം എങ്ങനെ മിണ്ടണം എന്ന് പോലും അറിയാണ്ട് പകച്ചു നിന്ന ആ പാവം ചെക്കൻ തന്നെ ആണോ ഞാൻ എന്ന് ഒരു നിമിഷം സംശയിച്ചു പോയി.

അന്ന് അതിനൊരു മറുപടിയും വന്നില്ല, ഞാനും പിന്നത് നോക്കാൻ നിന്നില്ല. അടുത്തൊരു ദിവസം സനൂപ് വീട്ടില് വന്ന് ഞങ്ങൾ എന്തൊക്കെയോ കഥകളും കാര്യങ്ങളും പറഞ്ഞങ്ങനെ ഇരിക്കുകയായിരുന്നു. ഞാൻ ഒന്ന് നോക്കട്ടെ എന്ന് പറഞ്ഞ് അവൻ ഫോൺ എടുത്തതും അതിൽ നിന്ന് എന്തോ ശബ്ദം വന്നതും ഒരുമിച്ചായിരുന്നു. പെട്ടന്ന് എന്തോ കളഞ്ഞു കിട്ടിയ സന്തോഷത്തിൽ അവൻ എന്നോട് പറഞ്ഞു ഏട്ടാ ദാ ദേവു മെസ്സേജ് അയച്ചിരിക്കുന്നു. എനിക്കാണേൽ എന്തെന്നില്ലാത്ത സന്തോഷം.അറിയോ എന്നൊരു മെസ്സേജ് ഞാൻ അയച്ചു അതിന് 'മ്മ് ' എന്നൊരു മറുപടിയും

വന്നു.അങ്ങനെ ഞങ്ങളുടെ സംസാരം അവിടെ തുടങ്ങി. ഒടുവിൽ വാട്ട്സാപ്പ് വരെ എത്തി നിന്നു. എന്റെ ഒരു പുസ്തകങ്ങൾ ഒക്കെ അവൾ വായിച്ചിട്ടുണ്ടത്രേ... അതു കേട്ടപ്പോൾ എനിക്ക് എന്തെന്നില്ലാത്ത സന്തോഷം.

പഴയ കാര്യങ്ങളെ കുറിച്ചായി ഒരു ദിവസം സംസാരം. ഞാൻ കൊല്ലങ്ങളായി എന്നെങ്കിലും ഒരു നാൾ ചോദിക്കണം എന്ന് ഉള്ളിൽ കരുതിവെച്ച ആ ചോദ്യം അവളോട് ആരാഞ്ഞു. ഒരു വാക്ക് കൊണ്ടുപോലും പറഞ്ഞ് അറിയിക്കാത്ത, ഒരു നോക്ക് കൊണ്ടു പോലും നോവിക്കാത്ത എന്റെ ഇഷ്ടം എങ്ങനാണ് നിനക്കന്ന് അത്ര വല്യ ശല്യമായി മാറിയത്. എന്നോട് നേരിട്ട് ഒരു വാക്ക് പറഞ്ഞിരുന്നെങ്കിൽ നിന്റെ ഓർമ്മയിൽ പോലും ഒരു ശല്യമായി ഞാൻ ബാക്കി നിൽക്കാതെ മാറി നിൽക്കുമായിരുന്നല്ലോ..!

ഇത്ര കൊല്ലം കഴിഞ്ഞിട്ടും അവളുടെ ഭാഗം എന്തെന്ന് എനിക്ക് അറിയുക പോലും ഇല്ലായിരുന്നു. ഏട്ടനോട് ഒരു ദേഷ്യവും ഉണ്ടായിട്ട് അല്ലായിരുന്നു ഞാൻ അങ്ങനെ ചെയ്തത്, കൂടെ പഠിക്കണോരും കാണുന്നോരുമെല്ലാം ഏട്ടന്റെ പേര് പറഞ്ഞു എന്നെ കളിയാക്കുമായിരുന്നു. അന്ന് ഏട്ടൻ എഴുതിയ ആ കഥ വായിക്കാത്തതായി ഞാൻ അല്ലാണ്ട് വേറെ ആരേലും ഉണ്ടായിരുന്നോ നമ്മുടെ സ്കൂളില്. ഈ മെസ്സേജ് കണ്ടതും ഞാൻ ഉള്ളിൽ ഒന്ന് കുലുങ്ങിചിരിച്ചു. ക്ലാസ്സില് ടീച്ചറുമാര് പഠിപ്പിക്കുമ്പോ വരെ പിള്ളേര് പേപ്പറിൽ ചേട്ടന്റെ പേരെഴുതി എന്റെ നേർക്ക് എറിയുമായിരുന്നു. അങ്ങനെ എനിക്ക് സഹികെട്ടപ്പോൾ ആണ് രജനി ടീച്ചറുടെ അടുത്ത പോയി പറയേണ്ടി വന്നത്. അല്ലാതെ ഏട്ടനോട് വിരോധം ഒന്നും ഉണ്ടായിട്ട് അല്ല കേട്ടോ... ഇത്രയും കേട്ടപ്പോൾ തന്നെ എന്റെ കാര്യം ഓർത്ത് എനിക്ക് തന്നെ ചിരി വന്നു. അന്ന് അങ്ങനെ

ഒക്കെ പറഞ്ഞു പോയ ആളെ പിന്നെ വട്ട്സാപ്പിൽ കാണാതായിട്ട് ഇപ്പൊ ഒരു മാസം കഴുഞ്ഞു. എന്ത് പറ്റിയതാവും, ആ അറിയില്ല...

വേലായുധേട്ടന്റെ ചായക്കടയിൽ ഒരു കട്ടനടിക്കാൻ വന്നതായിരുന്നു ഞാൻ. സ്കൂള് വിട്ട് പിള്ളേരൊക്കെ പോണ സമയമാണ്. ഞാൻ കൈയ്യിലിരുന്ന കാശെടുത്ത് കൊടുത്തിട്ട് പടിയിറങ്ങി പുറത്തേക്ക് നടന്നു താഴെയെവിടോ നിന്ന ഒരു കുറ്റിയിൽ മുണ്ട് കുരുങ്ങി, മുണ്ടുരിഞ്ഞ് പോയതും മുട്ടുകുത്തി ഞാൻ താഴെ വീണതും ഒരുമിച്ചായിരുന്നു. എണീറ്റ് പോവാൻ നോക്കെടാ വട്ടാ എന്ന വേലായുധേട്ടന്റെ സ്വരം കേട്ട് ഞാൻ ഒന്ന് ഞെട്ടി. എല്ലാരും മറന്നെന്നു മനസ്സിനെ പറഞ്ഞു വിശ്വസിപ്പിച്ചിരുന്ന എന്തിന്റെയൊക്കെയോ തിരിച്ചു വരവായിരുന്നു അത്. ദാ വട്ടൻ കിടക്കുന്നു എന്ന് പറഞ്ഞ് വഴിയേ പോയ സ്കൂൾ പിള്ളേരും എന്നെ നോക്കി ചിരിക്കുന്നു. എന്റെ മനസ്സിന് ഇത് താങ്ങാവുന്നതിലും അധികം ആയിരുന്നു. എങ്ങനൊക്കെയോ ഞാൻ ഓടി വീട്ടിലെത്തി. ചെന്ന് കേറിയതോ അച്ചന്റെ മുറിയിൽ, കണ്ണിൽ പെട്ടത് അച്ചന്റെ പഴയ പെട്ടിയും അതിന്റെ മേൽ ഇരുന്ന നെയിം പ്ലേറ്റിലുമാണ്.

പിന്നീടങ്ങോട്ട് ശെരിക്കും ഭ്രാന്ത് പിടിച്ച അവസ്ഥ ആയിരുന്നു. നാളുകൾ കടന്നു പോയി, എനിക്ക് വട്ടിളകി എന്ന് പറഞ്ഞ് പാതാളത്താഴത്തെ നാട്ടുകാര് ആരും എന്നെ അടുപ്പിക്കാതെ ആയി. കുളിയില്ല, നനയില്ല, ഭക്ഷണമില്ല, ഒന്നുമില്ല. എന്തിനെന്നോ എന്തെന്നോ അറിയാത്ത എന്തോ ഒരു ജീവിതം.

ഒരു ദിവസം ഉച്ചകഴിഞ്ഞ് നിലത്ത് എവിടോ കിടന്ന ഫോണിൽ നിന്നൊരു ശബ്ദം. മനസ്സില്ലാ മനസോടെ ഞാൻ വെറുതെ അതെടുത്തു. നേരെ ചുവ്വേ അതിലേക്ക് ഒന്ന്

നോക്കാൻ പോലും പറ്റണില്ല. അതങ്ങ് എറിഞ്ഞു പൊട്ടിച്ചു കളയാനാണ് മനസ്സ് പറയുന്നത്. പക്ഷെ പെട്ടന്ന് ഫോണിൽ ദേവൂന്റെ പേര് കണ്ടപ്പോൾ പിന്നെ അങ്ങനെ ചെയ്യാൻ എനിക്ക് തോന്നീല. അവളുടെ ഫോൺ എന്തോ ആയിപോയതിനാലാണ് ഇത്രനാൾ കാണാതിരുന്നത് എന്ന് പറഞ്ഞ് ഒരു മെസ്സേജ് വന്നു കിടപ്പുണ്ട്. എനിക്ക് ഒട്ടും പറ്റണില്ല, തല അകെ നിന്ന് പെരുക്കുന്നു. ഞാൻ ഫോൺ എങ്ങടോ വലിച്ചെറിഞ്ഞിട്ട് തറയിൽ അങ്ങനങ്ങു കിടന്നു. എണീറ്റു തല പൊക്കിയപ്പോൾ എന്തോ ചെറിയൊരു ബോധമുണ്ട്. ഫോൺ എടുത്ത് നോക്കിയാൽപ്പോൾ എവിടാ, പോയോ, ഹലോ എന്നൊക്കെ പറഞ്ഞു ദേവൂന്റെ കുറെ മെസ്സേജും ഉണ്ട്. ഒന്ന് വിളിക്കാൻ പറ്റുമോ എന്ന് ചോദിച്ച് ഞാൻ ഒരു മെസ്സേജ് അയച്ചിട്ട് ഫോൺ മാറ്റി വെച്ചു.

അരമണിക്കൂറിനുള്ളിൽ തന്നെ ഫോണടിക്കുന്ന ശബ്ദം ഞാൻ കേട്ടു. ഫോൺ എടുത്തപ്പോൾ തന്നെ ഞാൻ പൊട്ടി കരഞ്ഞു പോയി. നിർത്താൻ ശ്രമിച്ചിട്ട് പറ്റണില്ല. അപ്പുറത്തിരുന്ന് ദേവു എന്തൊക്കെയോ ആശ്വാസ വാക്കുകൾ പറയുന്നും ഉണ്ട്. ഞാൻ കരച്ചിലടക്കി എന്നാൽ കരഞ്ഞു കൊണ്ട് തന്നെ പറഞ്ഞു തുടങ്ങി, മൊത്തത്തിൽ ഭ്രാന്ത് പിടിക്കുവാണ്, ഒന്നും കൈയ്യില് നിക്കാത്ത അവസ്ഥ. വഴിയേ പോകുന്ന കൊച്ചു പിള്ളേർക്ക് വരെ ഞാൻ പൊട്ടൻ, വട്ടൻ, വെറും ഐ ഈ ഡി. പിന്നെ തൊലിന്റെ നിറം നോക്കിയുള്ള കുത്തുവാക്കുകൾ പണ്ട് രജനി ടീച്ചറ് ക്ലാസ്സില് പച്ചയ്ക്ക് പറഞ്ഞു തുടങ്ങിയത് ഇന്നും പലരുടേം വായീന്ന് മുടക്കമില്ലാതെ കേൾക്കാറുണ്ട്. ചോദിക്കാനും പറയാനും ആരും ഇല്ലാത്ത വട്ടൻ ചെറുക്കനെ ആർക്കും എന്തും പറയാം. ആകെ കൂടെ ഉണ്ടായിരുന്ന കുട്ടപ്പൻ, എന്റെ അച്ഛനും പോയെടോ. പണ്ട് താഴെക്കട്ടില് മരം വലിക്കാൻ പോയപ്പോ

അവിടുന്ന് കിട്ടിയതാ അച്ചരനെന്നെ. എല്ലാരും വട്ടനെന്ന് പറഞ്ഞും വിളിച്ചും എന്നെ ഇങ്ങനൊരു വട്ടനാക്കി. ഇനി എന്തിനാ ഞാൻ ഇങ്ങനെ ജീവിക്കുന്നത്, അറിയില്ലെടോ. മടുത്തു ഈ ജീവിതം. ഏങ്ങലടിച്ചു കരയാൻ തുടങ്ങിയ ഞാൻ കണ്ണിലെ കണ്ണീര് തുടച്ച ശേഷം ചോദിച്ചു, നീ എന്താ ഒന്നും മിണ്ടാത്തത്? മറുപടിയില്ല...

ഞാൻ ഫോൺ ചെവീന്ന് എടുത്ത് നോക്കി. ഫോൺ കട്ട് ആയിട്ട് നേരം കുറെ ആയിരിക്കുന്നു. തിരിച്ച് വിളിച്ചിട്ടാണേൽ കിട്ടുന്നുമില്ല, വാട്ട്സാപ്പിൽ മെസ്സേജ് അയച്ചിട്ട് അതും പോവുന്നില്ല. ഇതെന്ത് കൂത്ത് എന്ന് മനസ്സിൽ ഓർത്ത് ഞാൻ വാട്ട്സാപ്പിലെ ദേവൂന്റെ ഫോട്ടോ നോക്കിയിയപ്പോൾ അതും കാണാൻ പറ്റണില്ല. കുറച്ചു നേരം ഞാൻ അങ്ങനങ്ങ് അനങ്ങാതെ നിന്നു പോയി. അതെ ഇത് അതുതന്നാണ്, ബ്ലോക്കാണ്. ഇതൊരു ഫുൾസ്റ്റോപ്പ് ആണെന്ന് തോന്നുന്നു. അതെ, ഒരു പ്രത്യേക തരം ഫുൾസ്റ്റോപ്പ്.

5

കരിവട്ടൻ

കണ്ണില് ഇപ്പോഴും ഇരുട്ടാണ്. ഒരിടത്തും അടങ്ങി ഒന്ന് ഇരിക്കാൻ കൂടി പറ്റാത്ത അവസ്ഥ. പെട്ടന്ന് ആരോ എന്റെ നേർക്ക് കൈ ആഞ്ഞു വീശി. ഞെട്ടിയുണർന്ന ഞാൻ കണ്ണ് തുറന്ന് നോക്കിയപ്പോൾ വേലായുധേട്ടനാണ്. എണീറ്റ് പോടാ കരിവട്ടാ. എന്റെ വീട്ടീന്ന് എന്നോട് എഴുന്നേറ്റ് പോവാൻ പറയാൻ ഇവനാര്! ഞാൻ തലപൊക്കി നോക്കിയപ്പോൾ ആണ് ലോകം തിരിഞ്ഞത്, വേലായുധേട്ടന്റെ കട തിണ്ണയാണ്. എണീറ്റ് പുറത്തേക്ക് നടന്നപ്പോൾ പിന്നെയും വേലായുധേട്ടന്റെ വിളി എടാ കരിവട്ടാന്ന്, ഞാൻ തിരിഞ്ഞു നോക്കുമ്പോഴേക്കും കല്ല് പോലെ എന്തോ എന്റെ പുറത്ത് വന്ന് കൊണ്ടിരുന്നു. ഉടുമുണ്ടില്ലാതെ ആണോടാ പൊട്ടാ നീ ഊരുതെണ്ടാൻ പോവുന്നെ! വേലായുധേട്ടന്റെ വാക്കു കേട്ട് ഞാൻ താഴേക്ക് ഒന്ന് പാളി നോക്കി. ഒരു ഓട്ട നിക്കറിന്റേമേലാണ് എന്റെ നിൽപ്പ്. കല്ലിൽ പൊതിഞ്ഞ് എനിക്കെറ്റ് എറിഞ്ഞ മുണ്ട് താഴെ കിടപ്പുണ്ടായിരുന്നു. ഞാൻ അതെടുത്ത് ഉടുത്തിട്ട് തിരിഞ്ഞു നോക്കാതെ തന്നെ ഓരോട്ടം. കൂടുതൽ ഒച്ചത്തിൽ കരിവട്ടാ എന്ന് അവർ കളിയാക്കി കൂക്കിവിളിക്കുന്നത് എന്റെ ചെവിയിൽ കൂർത്ത് കയറുന്നുണ്ടായിരുന്നു.

കരിവട്ടൻ, ഇപ്പൊ കുറച്ചു നാളായതെ ഉള്ളു ഇങ്ങനൊരു പേര് വീണിട്ട്. ഇപ്പോൾ ഞാനങ്ങനെ കരയാറില്ല, വിഷമിച്ചിരിക്കാറില്ല, എല്ലായിപ്പോഴും ഒരു ചിരിയുണ്ടാവും. ഒരു ഭ്രാന്തന്റെ ഭ്രാന്തമായൊരു ചിരി. ഒരിക്കൽ വഴിലെവിടൊ വീണു കിടന്നത് മാത്രം ഓർമയുണ്ട്. തല പൊങ്ങിയ നേരം എങ്ങാനോ എണീറ്റ് നടന്നു. കണ്മുന്നിൽ കണ്ടവരെല്ലാം എന്നെ ഇതുവരെ ആരും വിളിച്ചു കെട്ടിട്ടില്ലാത്ത 'കരിവട്ടാ' എന്ന് വിളിക്കാൻ തുടങ്ങി.

എനിക്ക് നേരെ നടന്നുവന്ന സ്കൂൾ കുട്ടികൾ എന്നെക്കണ്ട് ആദ്യം പേടിച്ചു മാറി നിന്നു. അപ്പോഴേക്കും വഴിയേ പോയ ആരോ അവരോടായി പറഞ്ഞു, മക്കളെ പേടിക്കണ്ട, അത് കരിവട്ടനാണ് വെറുമൊരു വട്ടൻ. അത് കേട്ടതും പിള്ളേര് എന്റെ പുറകെ കൂടി കരിവട്ടൻ പോണേ, കരിവട്ടൻ വരണേ എന്ന് ഉറക്കെ വിളിച്ചു പറഞ്ഞു കളിച്ചും ചിരിച്ചും നടക്കാൻ തുടങ്ങി. എന്നെ വട്ടനാക്കിയതും പൊട്ടനാക്കിയതും ഈ പാതാളത്താഴത്തെ മനുഷ്യരാണ്. വട്ടുപിടിച്ച ഈ മനുഷ്യര് വട്ടില്ലാത്ത എന്നെ ഒരു വട്ടനാക്കി. അന്ന് വഴിയിൽ കിടന്ന എന്റെ മുഖത്തും ദേഹത്തുമെല്ലാം ആരൊക്കെയോ കൂടി കരി കൊണ്ട് മുഴുവൻ വരച്ചിട്ടിരുന്നു. ഇത് അറിയാതെ എഴുന്നേറ്റ് നടന്ന എന്നെക്കണ്ട മനുഷ്യരാണ് എന്നെ ആദ്യമായി കരിവട്ടൻ എന്ന് വിളിച്ചത്. എന്റെ ജീവിതം ഈ ഒരു സംഭവത്തിന് നേർ സമമാണെന്ന് വേണെങ്കിൽ പറയാം. എന്റെമേൽ കരികൊണ്ട് വരച്ചതും മനുഷ്യർ, അത് കണ്ട് എന്നെ നോക്കി ചിരിച്ചതും മനുഷ്യർ. അതു പോലെ തന്നെ എന്നെ വട്ടനെന്നു പേര് ചൊല്ലി വിളിച്ചതും മനുഷ്യർ, അതുകണ്ട് ചിരിച്ചതും ഈ മനുഷ്യർ തന്നെ. നേരിൽ പാതാളം തന്നാണ് പാതാളത്താഴം എന്നെനിക്ക് തോന്നി. വിശപ്പ് കഴുത്തിന് മുറുകി പിടിക്കുന്ന ദിവസങ്ങളിൽ ഞാൻ എന്തെങ്കിലും വീട്ടിൽ കേറി അവർ കാണാത്തെ വിശപ്പകറ്റാൻ

തുടങ്ങിയിരുന്നു.

ഇതുവരെ ഉപദ്രവം ഒന്നുമില്ല എന്ന് കരുതി ഇനി ഉണ്ടായിക്കൂടെന്നും ഇല്ല. മുഴുവട്ടുമയാണ് ആ പൊട്ടന്റെ നടത്തം, ഇന്ന് വീട്ടില് കേറി കക്കുന്നവൻ നാളെ വീട്ടില് കേറി കൊല്ലില്ലെന്ന് ആർക്കറിയാം! പണ്ടൊരിക്കൽ അവൻ എന്നോട് പറഞ്ഞിട്ടുണ്ട് വട്ടന്മാര് കൊന്നാൽ കേസില്ലെന്ന്. അവന് എല്ലാം അറിയാം, അതോണ്ട് എല്ലാരും ഒന്ന് സൂക്ഷിച്ചോ, എപ്പോൾ വേണേലും അവനൊരു കൊലപാതകിയും ആവാം. നമുക്ക് അവനെ ഒന്ന് പൂട്ടണ്ടേ? നാടിന് ആപത്തെന്നു കണ്ടാൽ ചങ്ങലയ്ക്ക് ഇടുക തന്നെ വേണം ഇത്രയും പറഞ്ഞ് സിദ്ധു നിർത്തി. അതെ, പണ്ട് മുതലേ എന്റെ കാലുവാരി ശീലമുള്ളവൻ ഇന്ന് എന്നെ കാലേവാരി നിലത്തടിക്കാൻ മുന്നിട്ടിറങ്ങുന്നു. ഇനി ഞാൻ ഭക്ഷണം കാക്കാൻ ഇറങ്ങുമ്പോൾ കൈയ്യോടെ പിടികൂടാനാണ് പാതാളത്താഴത്തുകാരുടെ പദ്ധതി.

കുളിയും നനയും ഇല്ലാതെ നടക്കുന്നോന്റെ നാറ്റം പത്തടിദൂരം മുന്നേ തിരിച്ചറിയാൻ പഠിച്ചു തുടങ്ങിയിരുന്നു എന്റെ നാട്ടുകാര്. എന്നിട്ടും അവരറിയാതെ ഈ കരിവട്ടന്റെ കള്ളത്തരം പാതാളത്താഴത്ത് സുഗമമായി നടന്നു പൊന്നു.

ഒരു ദിവസം രാത്രി വീട്ടിലേക്ക് നടക്കുമ്പോൾ പിന്നാലെ ആരോ കൂടിയപോലൊരു തോന്നാല്. ഞാൻ തിരിഞ്ഞു നോക്കി, പക്ഷെ ആരേം കണ്ടില്ല. രാവിലെ കണ്ണ് തുറന്നപ്പോൾ എന്തോ ഒരു വത്യാസം, തറയിൽ കിടന്നുറങ്ങിയ ഞാൻ ഉറക്കാം ഉണർന്നപ്പോൾ ദാ കട്ടിലിൻ മേൽ കിടക്കുന്നു. ഇതിപ്പോൾ എന്ത് മറിമായം എന്നോർത്ത് എണീക്കാൻ തുനിഞ്ഞപ്പോൾ കൈയ്യും കാലും അനങ്ങുണില്ല. കൈയ്യും കാലും കട്ടിലിന്റെ കാലിൽ ചേർത്ത് ആരോ കെട്ടിയിട്ടിരിക്കുന്നു. ഞാൻ ഇവിടെ ഇങ്ങനങ്ങ് കിടന്ന് പുഴുവരിച്ച് തീരട്ടെ എന്നായിരിക്കും പാതാളത്താഴത്തെ എന്റെ

പ്രിയ നാട്ടുകാരുടെ തീരുമാനം. ഞാൻ കൈയ്യും കാലും ആഞ്ഞു വലിച്ചു. ഇല്ല, എന്നെകൊണ്ട് പറ്റില്ല. വയറെരിയാൻ തുടങ്ങി, ഒരിറ്റു വെള്ളമെങ്കിലും കിട്ടിയിരുന്നെങ്കിൽ എന്ന് കത്തിയെരിയുന്ന വയറിനോട് വരണ്ടുണങ്ങിയ തൊണ്ട മെല്ലെ പറഞ്ഞു.

ഇല്ല, രക്ഷപെടാൻ ഒരു മാർഗ്ഗവും ഞാൻ കാണുന്നില്ല. എന്നെ വേണ്ടാത്ത പാതാളത്താഴത്തുകാരെ എനിക്കും വേണ്ട. ഞാൻ കണ്ണ് ബലമായി അടച്ചുപിടിച്ചു കിടന്നു. വല്ലാത്ത ക്ഷീണത്തിന് നടുവിൽ ഉറക്കവും എന്നെ ഇട്ടിട്ടു പോയി. ഉണർന്നിരുന്നു തന്നെ മരിക്കണം എന്നാവും എന്റെ വിധിയെന്ന് മനസ്സിലോർത്ത് ഞാൻ പതിയെ കണ്ണ് തുറന്നു. എന്റെ കൈയിലും കാലിലും കെട്ടുകൾ ഒന്നുമില്ല. നേരത്തെ ഞാൻ അപ്പോൾ കണ്ടത് വെറുമൊരു സ്വപ്നം മാത്രമായിരുന്നോ? അതോ ഇപ്പോൾ ഈ കാണുന്ന കാഴ്ചയുടെ പേരോ സ്വപ്നം! ഇത് ജീവിതമോ സ്വപ്നമോ, അതോ ഇത് രണ്ടുമല്ലാത്ത മറ്റൊരു അനന്തതയോ... അറിയില്ല.!

ഇത്ര നേരം കൈയ്യും കാലും കെട്ടിയിട്ടു കിടന്നതിന്റെയാവണം കാലിനും കൈക്കും നല്ല വേദന. പതിയെ ഒന്ന് എണീറ്റിരുന്നപ്പോൾ മേശപ്പുറത്ത് എന്തോ ഇരിക്കുന്നത് അവ്യക്തമായി ഞാൻ കണ്ടു. ചെന്ന് നോക്കിയപ്പോൾ കണ്ടത് ഒട്ടും പ്രതീക്ഷിക്കാത്ത ഒന്നായിരുന്നു. എന്റെ കാലും കൈയും അഴിച്ചു വിട്ട ശേഷം എനിക്കായി ഭക്ഷണവും ഇവിടെ ബാക്കി വെച്ചിരിക്കുന്നു. ഞാൻ ജീവിച്ചിരിക്കണം എന്ന് ആഗ്രഹിക്കുന്ന മനുഷ്യരും ഈ പാതാളത്താഴത്ത് ഉണ്ടെന്ന തിരിച്ചറിവ് എനിക്ക് തീർത്തും പുതിയതായിരുന്നു.

എനിക്ക് അതൊരു പുത്തൻ ഉണർവായിരുന്നു. മാസങ്ങൾക്കോ, ഒരുപക്ഷെ വർഷങ്ങൾക്കോ ശേഷമൊരു

കുളി. ഉള്ളതിൽ നല്ല കുപ്പായവും എടുത്തിട്ട് ഞാൻ പാതാളത്താഴത്തേക്ക് നടന്നു. എന്നെ കണ്ടതും എല്ലാരും ഒരു നിമിഷം എന്നെ തന്നെ നോക്കി നിന്നു. ചത്ത വട്ടന്റെ പ്രേതമാണോ എന്ന ഭവമായിരുന്നു പലരുടെയും മുഖത്ത്. പെട്ടന്ന് പുറകീന്ന് തലയ്ക്കൊട്ട് ഒരടി. മിന്നടിച്ച പോലെ ഞാൻ കുഴഞ്ഞു താഴെ വീണു.

ഇത്തവണ കണ്ണ് തുറന്നപ്പോൾ കൈയ്യില് ചങ്ങലയാണ്, ഇതിപ്പോ രണ്ട് ദിവസായല്ലോ ഇങ്ങനത്തെ സ്വപ്നം മാത്രം കാണുന്നു. ഇതെന്താപ്പാ ഇങ്ങനെ! എന്തായാലും കണ്ണ് തുറന്ന് സ്വപ്നമെന്നോ ജീവിതമെന്നോ കണ്ണിനു തിരിയാത്ത ഈ ഒഴുക്കിന്റെ കൂടെ അങ്ങ് പോയികളയാം എന്ന് ഞാൻ മനസ്സിൽ ഓർത്തു.

ഇത് കൊള്ളാല്ലോ കഥ, പാതാളത്താഴം നാട്ടിലെ മനുഷ്യരെല്ലാം എന്റെ ചുറ്റിനുമുണ്ട്. ചങ്ങലയിട്ട് ഒരു മാവിൽ കെട്ടിയിട്ടിരിക്കുകയാണ് എന്നെ. ഞാൻ ചുറ്റും കൂടി നിന്നവരെ ഒന്ന് കണ്ണോടിച്ചു. അപ്പോൾ അതാ വിങ്ങി പൊട്ടുന്ന രണ്ട് കണ്ണുകൾ എന്നെ നിസ്സഹായമായ് നോക്കി നിൽക്കുന്നു. എന്റെ കണ്ണുകളുടെ നോട്ടം പതിഞ്ഞത് കണ്ടതും ആ ആള് ആൾക്കൂട്ടത്തിന് പുറകിലേക്ക് ആ കണ്ണുകൾ മറയുന്നത് ഞാൻ കണ്ടു. മാറ്റാരുമല്ല, ഞാൻ എന്റേതല്ലാതെ എന്റേതെന്നു ചൊല്ലി എന്നോട് ചേർത്തു വെച്ച എന്റെ ദേവുവാണത്. പാതാളത്താഴത്തിൽ ഞാൻ ജീവിച്ചിരിക്കണം എന്ന് ആഗ്രഹിച്ചതും കഴിഞ്ഞ ദിവസം എന്റെ കൈകാലുകളുടെ കെട്ടഴിച്ചു വിട്ട ശേഷം എനിക്കായ് ഭക്ഷണം മാറ്റി വെച്ചതും മാറ്റാരുമായിരിക്കില്ല എന്നു ഞാൻ മനസ്സിൽ ഓർത്തു.

എനിക്ക് ഈ സ്വപ്നം മതിയായി. ഇതിനൊരു അന്ത്യം കണ്ട് എങ്ങനെങ്കിലും ഒന്ന് രക്ഷപ്പെടണം എന്നു ഞാൻ മനസ്സിൽ ആഗ്രഹിച്ചു. നാളെ നേരം പുലരുന്നതിനു മുൻപേ അതിനുള്ള വഴി ഞാൻ തന്നെ കണ്ടെത്തണം. മാറ്റാർക്കും

എന്നെ ഇനി സഹായിക്കാനോ രക്ഷിക്കാനോ ആകില്ല. അധികം നേരം ഇനിയെന്റെ മുന്നിലില്ല, പാതാളത്താഴത്തുകാരുടെ ഈ ചങ്ങല ഞാൻ എങ്ങനെങ്കിലും ഇന്ന് ഭേദിച്ചേ മതിയാവൂ. എനിക്കുള്ള വഴി എന്റെ മനസ്സിൽ തെളിയുന്ന പോലെനിക്ക് തോന്നി...

൭

൭

൭

ചേട്ടാ, ഈ ആദിയുടെ വീട് എങ്ങോട്ടാ, പുസ്തകം ഒക്കെ എഴുതിയിട്ടുള്ള ആദി... ആരാ, ഇവിടൊന്നും കണ്ടിട്ടില്ലല്ലോ? വേലായുധേട്ടൻ ചോദിച്ചു. ഞാൻ ജോസപ്പ്, പി കെ പബ്ലിക്കേഷന്റെ ആളാണ്. ആദിയുടെ പുസ്തകങ്ങളൊക്കെ ഇറക്കിയത് ഞങ്ങളായിരുന്നു. ഇപ്പൊ കുറച്ചായി എഴുത്തും ഇല്ല, ആൾടെ ഒരു വിവരോം ഇല്ല. ഇത് കേട്ടതും വേലായുധേട്ടൻ പറഞ്ഞു തുടങ്ങി, താനാ വട്ടൻ ചെറുക്കന്റെ കാര്യം തന്നല്ലേ ഈ പറയുന്നത്. അവന്റെ വീടൊക്കെ ഞാൻ പറഞ്ഞു തരാം, പക്ഷെ താൻ ഇനി അങ്ങട് പോയിട്ട് കാര്യം ഒന്നുമില്ല. ഈ വഴി നേരെ ചെല്ലുമ്പോ ഇടതു വശത്ത് ഒരു മാവിന്റെ ചോട്ടിലായ് ഒരു കുഞ്ഞ് ആൾക്കൂട്ടം കാണും. അവടെ തൂങ്ങി കിടപ്പുണ്ട് ഇയാള് ചോദിച്ച ആ വട്ടൻ ചെറുക്കൻ.! ഉള്ളില് ഒരു മിന്നടിച്ച പോലെ ഒരു നിമിഷം ഞാനവിടെ നിശ്ചലനായ് നിന്നു. എന്താ ചേട്ടാ പറഞ്ഞത്, എന്താ ഉണ്ടായത്? ഞാൻ ചോദിച്ചു. ആ ചെറുക്കന് പ്രാന്തിളകി നടക്കാൻ തുടങ്ങീട്ട് നാള് കുറെയായി. സഹികെട്ടപ്പോൾ നാട്ടുകാരെല്ലാം കൂടി ഇന്നലെ അവനെ പിടിച്ചു ആ മാവിന്റെ ചോട്ടിൽ കൊണ്ടോയി ഒരു ചങ്ങലയ്ക്ക് കെട്ടിയിട്ടു. ഞങ്ങളറിഞ്ഞോ ഈ ചെക്കൻ കേറി തൂങ്ങുവെന്ന്, രാവിലെ

ആയപ്പോഴാണ് ഞങ്ങളെല്ലാം സംഭവം അറിയുന്നത്.

ഒന്നും മിണ്ടാതെ അവിടുന്നിറങ്ങി നേരെ അയാൾ പറഞ്ഞ വഴിക്ക് ഞാൻ നടന്നു. ഞാൻ അറിയുന്ന ആദി ഇങ്ങനൊന്നും അല്ലായിരുന്നു. ഇത് പാതാളത്താഴത്തുകാരുടെ ആദിയാണെന്ന് എനിക്ക് തോന്നി. കാരണം ഞാനറിയുന്ന ആദിക്ക് ജീവിക്കാൻ, ഇനിയുമിനിയും എഴുതാൻ, ഒത്തിരി കഥകൾ പറയാൻ, എല്ലാത്തിനും ഒരിക്കലും അടങ്ങാത്ത ആഗ്രഹമായിരുന്നു. എന്റെ നടത്തം ആൾക്കൂട്ടത്തിന് അടുത്തെത്തി, സംഭവിച്ചിരിക്കരുതേ എന്ന് മനസ്സിൽ നൂറുവട്ടം പറഞ്ഞത് ഇവിടെ സംഭവിച്ചിരിക്കുന്നു. അല്ലെങ്കിലും ജീവിതം അങ്ങനാണ്, സംഭവിക്കരുത് എന്നാഗ്രഹിക്കുന്നതൊക്കെ തന്നെയായിരിക്കും ജീവിതത്തിൽ ഏറെയും സംഭവിച്ചിരിക്കുക. ഇതാ ഇവിടെ ഉടുമുണ്ടിൽ അവന്റെ അവസന വരിയും അവൻ പൂർത്തിയാക്കിയ പോലെ.!

എനിക്ക് പുറകില് നിന്ന ആരോ പറഞ്ഞത് ഞാൻ കേട്ടു, തെക്കും പാണ്ടി സ്റ്റേഷനിലെ പുരുഷോത്തമൻ പോലീസും പുള്ളീടെ കുഞ്ഞു മോനും പിന്നെ രണ്ട് കോൺസ്റ്റബിൾ മാരും ഈ വട്ടന്റെ മരണം അന്വഷിക്കാൻ പാതാളത്താഴത്തേക്ക് പുറപ്പെട്ടിട്ടുണ്ടത്രേ...

അതെ, ഒടുവിലെ പാതാളത്താഴത്തേക്ക്,
ഒരിക്കലും ഒടുങ്ങാത്ത പാതാളത്താഴത്തേക്ക്,
അവൻ വരുന്നു...

www.ingramcontent.com/pod-product-compliance
Lightning Source LLC
LaVergne TN
LVHW092100060526
838201LV00047B/1481